वाचनातून आनंद लेखमाला

म्हैस

लेखक

सुधीर करंदीकर

वाचनातून आनंद लेखमाला - म्हैस

Vachanatun Anand Lekhmala - Mhais

लेखक :
सुधीर रामकृष्ण करंदीकर
७, गीतगंगा सोसायटी, कर्वे नगर
पुणे ४११०५२
मोबाईल 9225631100
ईमेल <srkarandikar@gmail.com>

टाईप सेटींग : सुधीर रामकृष्ण करंदीकर

प्रकाशक : Sudhir Karandikar Publishing

प्रथम आवृत्ती : 5.1.2023

मुखपृष्ठ : श्री अनिल कुलथे

प्रिंटिंग : Repro India Limited, डिस्ट्रिब्यूशन : Repro Books Ltd

ISBN : 978 - 93 - 5779 - 806 - 8

किंमत :

वाचनातून आनंद ....

वेळ मिळेल तेव्हा किंवा वेळात वेळ काढून पुस्तकं वाचणारी मंडळी नेहेमीच आनंदी असतात आणि उत्साही असतात.

कारण,

- आपल्याजवळ वाचायला भरपूर पुस्तके आहेत ही कल्पनाच त्यांना आनंद देत असते
- आवडती पुस्तकं त्यांना पुन्हापुन्हा वाचायला आवडतात
- पुस्तक वाचत असतांना आसपास घडणाऱ्या नकोश्या गोष्टींकडे त्यांचे आपोआपच दुर्लक्ष होते
- जवळ असणाऱ्या पुस्तकांच्या कलेक्शन मध्ये नवनवीन पुस्तकांची वाढ करायला ते नेहेमीच उत्सुक असतात

नमस्कार नमस्कार ,

आपणा सर्वांना शुभेच्छा.

सगळेच लेख आपल्याला नक्कीच आवडतील अशी आशा करतो .

आपण काही सुधारणा सुचवल्या तर त्या मला नक्कीच आवडतील.

आपला अभिप्राय वाचायला तर छानच वाटेल आणि आवडेल पण . .

ओळखीच्यांना पुस्तकाबद्दल कळवलं तर एकदम बढिया . . .

।। धन्यवाद ।।

सप्रेम सादर

मला आकार देणारे माझे मामा कै. गंगाधर दाजी दिवेकर आणि मामी कै. सुधा गंगाधर दिवेकर यांच्या स्मृतीस ही लेखमाला अर्पण करतांना मला विशेष आनंद होत आहे.

ही लेखमाला बघून यांना किती आनंद झाला असता आणि त्यांनी माझे किती कौतुक केले असते, हे मी कल्पनेनी अनुभवतो आहे.
आणि हा माझ्याकरता मोठा ठेवाच आहे.

विशेष आभार

बायकोच्या सहकार्याशिवाय मी कुठलेच काम पूर्ण करू शकत नाही, हा माझा ४० वर्षांचा अनुभव आहे आणि यापुढे पण माझे कुठलेच काम बायकोच्या सहकार्याशिवाय पूर्ण होऊ नये अशीच मी देवाकडे प्रार्थना करतो. ही लेखमाला आपल्या हातात देतांना मी सौ. ऋता हीचे सुंदर सहकार्याबद्दल आभार मानतो.

माझ्या मुली मनीषा आणि दीप्ती पुस्तक छापण्याकरता माझा पाठपुरावा करत होत्या आणि त्याकरता आवश्यक ती माहिती गोळा करून देत होत्या. प्रूफ रिडींग करता मनीषा, दीप्ती आणि ऋता यांची छान मदत झाली. जावई ऋषिकेश आणि केदार यांनी सेल्फ पब्लिशिंग चे रजिस्ट्रेशन करणे, ISBN नंबर मिळवणे ही कामे सहजतेने पूर्ण केली. पुस्तक छापण्यासंबंधी योग्य मार्गदर्शन आमचे परिवार सदस्य श्री अमित चव्हाण यांच्याकडून मिळाले. मित्र श्री रिसबूड, श्री कलाल आणि इतर, ह्यांचा पुस्तक छापण्याबद्दल पाठपुरावा होताच. या सगळ्यांच्या उत्साहामुळे माझे लेख पुस्तक रूपात आपल्यासमोर येत आहेत. या सगळ्यांचे विशेष विशेष आभार.

पुस्तकाचे प्रिंटिंग आणि डिस्ट्रिब्यूशन याकरता Repro India आणि Repro Books यांची छान साथ मिळाली. लेखमाले करता सुंदर मुखपृष्ठ नाशिकचे चित्रकार श्री. अनिल कुलथे यांनी तयार केले. “म्हैस भाग २”, “फॅशनची हुडहुडी”, आणि “बहुगुणी हेल्मेट” या लेखांना सुशोभित करतील अशी चित्रे सौ वैशाली पवार यांनी अगदीच छोट्या अवधीत काढून दिलीत. बऱ्याच लेखांकारता मी पाठवलेल्या चित्रांचे एडिटिंग / टेक्स्ट लिहिणे हे काम आमचे भाचेजावई श्री. दीपक पागे यांनी “इस हाथ दे और उस हाथ ले” असे ऑनलाईन मस्तच करून दिले. या सगळ्यांना माझे खूप खूप धन्यवाद.

मनोगत

वाचक मंडळींना मनापासून नमस्कार आणि मनापासून धन्यवाद. वाचनातून आनंद या लेखमालेचा "म्हैस" हा भाग आपल्या पुढे सादर करतांना मला खूप आनंद होत आहे आणि मस्त तर वाटत आहेच. वाचक मित्र आणि मैत्रिणींच्या प्रोत्साहनामुळेच हा अंक तयार झाला आहे, हे मात्र नक्की.

सुरवातीला सकाळ - मुक्तपीठ मधे माझा "जेजुरी दर्शन" हा लेख छापून आला आणि बऱ्याच अनोळखी लोकांचे लेख खूप आवडल्याचे फोन आले. खरंतर लेखाच्या खाली फक्त नाव लिहिलेले असते. पण लोकांनी सकाळ ऑफिसला फोन करून माझा फोन नंबर घेतला आणि मला फोन केले. त्यामुळे लेख छान झाल्याची मस्तच पावती मिळायची. नंतर मुक्त पीठ मध्ये माझे बरेच लेख आले.

लोकसत्ताच्या शनिवारच्या चतुरंग या पुरवणीमधे काही लेख छापून आले. महाराष्ट्र टाईम्स मधे पण काही लेख छापून आले. कजरी, मायभूमी, पुरुष उवाच, मैत्री, अक्षरसिद्धी, सांज, आरोग्य दर्पण, उत्तम कथा, मिळून साऱ्याजणी, विश्वभ्रमंती, अशा मासिकांमधे लेख छापून आले.

जेष्ठ नागरिकांकरिता असलेले मासिक प्रज्जोत, इंजिनियर मंडळींचं मासिक "अभियंता मित्र" यांमधे पण बरेच लेख छापून आले. मुंबईच्या 'बित्तंबातमी' या पेपरमधे दर शनिवारी सलग ३१ आठवडे लेख छापून आले. हा वेगळाच अनुभव होता.

बाहेर पडलो, की काहीतरी आगळं - वेगळं दिसतंच असतं, रोजच्या व्यवहारात काहीतरी आगळे - वेगळे अनुभव येतंच असतात, गप्पाटप्पा मारतांना काहीतरी आगळी - वेगळी माहिती मिळतंच असते आणि त्यातच लेखाचा विषय सापडतो. मग लिहिलेला लेख सगळीकडे पाठवणे, काही ठिकाणी तो छापून येणे, ओळखीच्या आणि अनोळखी वाचकांचे फोन येणे, त्यांचे वॉट्सअप वर / ईमेलवर / फेसबुकवर अभिप्राय येणे, अशी लिखाणातून आनंद यात्रा सुरु राहते.

आतापर्यंत बरेच म्हणजे दीडशे च्या आसपास लेख लिहून झाले आहेत. लेखांचे विषय आपल्या सगळ्यांच्याच रोजच्या बघण्यातले असेच असतात किंवा आपल्याला येणारे अनुभव यावर किंवा आपल्या सवयींवर आहेत किंवा आपल्याला काल्पनिक विश्वात नेणारे असे आहेत. त्यामुळे लेख वाचल्यानंतर, बऱ्याच जणांचे फोन येतात, मेसेज येतात, "अहो, आमच्या मनातलंच सगळं तुम्ही लेखात लिहिलं आहे. असं वाटतं, मीच लिहिले आहे". काही फोन असतात, "अहो, लेख वाचून असं वाटतं, की हा लेख माझ्याकरताच लिहिला आहे". काही वेळा "लेख वाचून खूप मजा आली, खूप हसलो / हसले" असे पण फोन असतात. लेख खूप आवडला, आमच्या सगळ्या ग्रुपवर लेख पाठवत आहे, असे पण मेसेज असतात.

निरनिराळ्या माध्यमातून वाचकांपर्यंत लेख पोहोचतात आणि अनोळखी आणि ओळखीच्या वाचकांकडून प्रतिक्रिया / अभिप्राय नेहेमीच येत असतात. त्यामुळे नवीन नवीन ओळखी होतात आणि लिखाणाला कायम प्रोत्साहन मिळते.

"आता पुस्तक छापा" असा पाठपुरावा वाचकांकडून, मित्रांकडून, मुलींकडून आणि बायकोकडून सुरु झाल्यामुळे पुढच्या सगळ्या गोष्टी ईश्वरकृपेने जुळत गेल्या. नवी मुंबई इथल्या वाचक प्राध्यापिका मेघा कोल्हेकर यांचा अगदी सुरुवातीला एकदा मेसेज आला होता - आता पुस्तक छापा, तुमच्या सहीच्या ५ प्रती मी घेणार आहे.

सगळ्याच लेखांचे एक पुस्तक छापण्याऐवजी २० एक लेखांच्या छोट्या लेखमाला तयार कराव्यात, हा विचार मला जास्त आवडला. मी लिहिलेल्या लेखांपैकी २१ लेख या लेखमालेत घेतले आहेत.

फुरसतीच्या वेळेत, छोट्या - मोठ्या ब्रेक मधे ही लेखमाला तुम्हाला कधी चाळायला, कधी अधला - मधला एखादा लेख वाचायला नक्कीच आवडेल. लेखमाला कुणाकडे वाचायला पास केली तर मस्तच.

प्रस्तावना

(वाचकांच्या लेखणीमधून)

निरनिराळ्या माध्यमांमधून लेख वाचकांपर्यंत पोहोचतात. बऱ्याच वाचकांचे अभिप्राय त्या त्या माध्यमांकडे आणि माझ्याकडे पोहोचतात आणि ते वाचून मला नक्कीच खूप प्रोत्साहन मिळते. लेख वाचकांना आवडतात हीच कल्पना आनंद देत असते. काही वाचकांचे अभिप्राय त्यांच्याच लेखणीतून इथे सादर करत आहे .....

अभियंता मित्र या मासिकामध्ये आलेला अभिप्राय –

लाजवाब सुधीर करंदीकर, टाटा मोटर्स मधून निवृत झालेले सुधीर करंदीकर यांच्या मी प्रेमात पडलो आहे. हे गृहस्थ इंजिनियर का झाले याचे राहून राहून मला वाईट वाटते. त्यामुळे आपण दुसरे पु. ल.देशपांडे गमावून बसलो आहोत.

म्हैस असो की कुत्रे असो अगर आणखी काही असो सुधीर करंदीकर त्यांना विनोदी पोशाख घालून वाचकांसमोर आणतात. निवृत्त झाल्यावर त्यांनी अभियांत्रिकी क्षेत्र लेखनात आणलेले दिसत नाही. त्यालाही निवृत्ती दिलेली दिसते. "निखळ करमणूक" एवढाच उद्देश ठेऊन ते लिखाण करतात.

मी ही निवृत्त आहे. अभियंता मित्र उघडला की मी अधाशासारखे करंदिकर सरांचा लेख वाचतो आणि पोट भरून घेतो.

उर्वरित आयुष्याला विनोदी रंग लावून मजेत जगण्याचा मंत्रच ते त्यांच्या लेखातून देतात. ते अती बारकाईने सभोवतालचे निरीक्षण करतात आणि नेमके तेच लेखनात उतरवतात. अभिनदन करंदीकर सर,

-शिवलिंग राजमाने-

Whatsapp वर तुमचे लेख वाचतो. लेखनात तुमचे निराळी नजर, विचारातले वैविध्य आणि सहजता आवडली. पुस्तकाचे प्रकाशनाने आता खूप वाचकास लेखांची मजा लुटता येईल. All the best.

-उमेश राव (बंगलोर)-

लेख : म्हैस

हरी ओम, नमस्कार, आजच्या लोकसत्तामधील तुमचा 'अगं अगं म्हशी' हा ललित लेख वाचला. एकदम मस्त. खूप आवडला. वा वा क्या बात है. मी सुद्धा त्याच रस्त्याने माझ्या मुलीकडे बाणेरला जात असतो. मला रस्ता क्रॉस करावा लागत नाही. पण आता मुद्दाम त्या मुलाच्या म्हशीसाठी रस्ता क्रॉस करीन . म्हशीच्या या सेवेचा एकदा तरी अनुभव घ्यायलाच पाहिजे. त्यासाठी ५ काय १० रुपये सुद्धा द्या असे माझी बायको म्हणते आहे. चला भेटू या केंव्हातरी. शुभेच्छा – सुभाष भावे

चतुरंग मधील आपला लेख वाचला. हसून हसून डोळ्यात पाणी आलं. खूप दिवसांनी इतकं विनोदी वाचायला मिळालं. तुमच्याकडून असेच विनोदी लेख वाचायला मिळोत. अभिनंदन. – कुंदा जोशी

पु.ल., शंकर पाटील, व्यंकटेश माडगुळकर आज तुमचा लेख वाचून खूश झाले असते. मला तर 'आवाज' दिवाळी अंक अगोदर आला की काय असे वाटले. ज्याने या भागातील वाहतूक पाहिली आहे त्याला तर आनंदच होईल. अतिशय सहज-सरळ व सोपी संवाद शैली आवडली. कधी काळी येथून येताना म्हशी कडे लक्ष देतांना या लेखाची कायम आठवण येईल हे नक्की.. छान ! – प्रमोद भार्गवे

MHAIS - ULTIMATE IN CREATIVE THINKING ! AT PAAR WITH PL -MHAIS. KEEP IT UP & POST NEW WRITE UPS. – Govind Dekhane

AS IT HAS GIVEN ME DIFFERENT TYPE OF JOY, I HAD PRINTED MANY COPIES AND DISTRIBUTED TO MY FRIENDS. – Pakash Jokhe

Respected Author, You are skilled writer. You have great observation power & you can convert those observations into thoughts. I wish, you should prosper day by day ! After certain time, this could be the only profession of you, not only to survive, but to grow. Wish you great luck. – M V KULKARNI

लेख : स -स्मार्ट सिटीचा

मागील रविवारी लोकसत्ता मध्ये वाहतूक लेख वाचला. खूपच आनंद झाला. आमच्या ग्रुपवर सुद्धा सांगितले कि लेख वाचा खूप चांगला आहे. पुण्याचे उदाहरण असले तरी भारतीय मानसिकता, कायदा आपल्यासारखा वळवण्याची व भारतीयच माणूस पण इस्राइल मध्ये वाढलेला, त्याची कायद्याकडे बघण्याची दृष्टी हे दर्शविणारा यथार्थ लेख आहे. अभिनंदन – मिलिंद पाटणकर

लेख : वो भी क्या दिन थे

आपले मनोवेधक असे नाशिकच्या आठवणींचे रसामृत मनापासून पसंद पडले. मागे सुचवल्याप्रमाणे आपण आपली स्मृतिचित्रे लिहण्याचा पण सोडल्याचे मनावर घेतले कि काय असा सुखद विचार मनात तरळून गेला. असो. खूपखूप शुभेच्छा. आपल्या लिखाणाच्या खजिन्यावर लक्ष्य ठेवून बसलो आहे. – प्रकाश गुमास्ते

लेख : पहाटेचे स्वप्न

लेख तर अप्रतिम आहेच. आपल्या काही गोष्टी, लेख, चिंतन यांमधून चिं.वि.जोशीं सारखा नर्म विनोद असतो, तर कांही व. पु. काळे यांच्यासारख्या फँटसी च्या अंगाने जातात. – नाना बापट

Simply HI...LA...RI... OUS!! I wish this could be true... Forwarding to friend circle.. Best regards – Megha Kolhekar

अनुक्रमणिका

अधे मधे पेरलेल्या चारोळ्या आणि छान विचार पण नक्कीच आवडतील.

म्हैस

रस्त्यावर आपल्या आवडीच्या व्यक्तीबरोबर रमत गमत हिंडण्याची मजा काही औरच असते. आपल्या जुन्या आठवणींना आपण उजाळा दिला, तर असे खूप प्रसंग प्रत्येकाच्याच डोळ्यासमोरून जातील. जमाना बदलला आणि ती मजाच संपली. आतातर कुठल्याही रस्त्यावर चालायचे, म्हणजे जीव मुठीत धरूनच चालावे लागते. रस्ता ओलांडणे, म्हणजे तर तारेवरची कसरतच असते. कोण - कुठून - कसा - आणि किती वेगाने येईल, आणि तुम्हाला एकदम वर, किंवा हॉस्पिटलमधे पोहोचवेल, हे तोच जाणे. बरं, या - ना - त्या कारणाकरता रस्त्यावर तर सगळ्यांना यावेच लागते आणि मग कुठेतरी रस्ता हा ओलांडावाच लागतो. म्हणजे प्रत्येक वेळी स्वतःचा जीव बाहेर काढायचा, मुठीत धरायचा आणि मग रस्ता ओलांडायचा.

एका संध्याकाळी मी रस्ता ओलांडण्याकरता उभा होतो; जीव मुठीत घेण्याकरता, मी हात हृदयाकडे नेला, पण मन काही जीवाला बाहेर काढू देत नव्हते. मन म्हणाले, जरा इकडे तिकडे बघ, डोक्याला चालना दे, देवानी सोपा मार्ग समोरच तयार ठेवला आहे. मी विचार केला, प्रत्येक वेळा ऑपरेशन करून जीव बाहेर काढायचा आणि रास्ता क्रॉस केल्यावर पुन्हा जीव इंप्लान्ट करायचा, हे टळले तर मजाच येईल. मनाची आज्ञा मी मानली, इकडे तिकडे बघितले आणि तो सोपा मार्ग सापडला. यावरच हा लेख आहे.

आम्ही रोजच दुपारी बावधन या भागात मुलीकडे जातो. नातवंडं दुपारी शाळेतून घरी येतात. त्यावेळेला आम्ही घरी असल्यामुळे त्यांचे दुपारचे खाणे - पिणे, अभ्यास, क्लास ला जाणे वगैरे, यांची काळजी रहात नाही. संध्याकाळी मुलगी किंवा जावई ऑफिस मधून घरी आले, की, थोड्या गप्पा मारून, आम्ही साधारण ७ - ७. ३० ला तिथून निघून कर्वे नगरला, आमच्या घरी येतो. आमचे जाणे येणे स्कुटरनी असते. कधी कधी बायको बावधनहून स्कुटर घेऊन आधी निघून जाते, अशावेळेस, मी घरापर्यंत कधी पायी जातो, कधी अर्धे अंतर बसनी व पुढचे पायी जातो.
साधारण एक दीड महिन्यापूर्वीची गोष्ट आहे -

त्या दिवशी संध्याकाळी मला बसनी घराकडे जायचं होतं. मुलीकडून ७.१५ ला निघालो. साधारण ५ - ७ मिनिटे चालत गेलो, की मेन रोड लागतो. रस्ता ओलांडला, की, समोरच बसचा थांबा आहे. ट्रॅफिकच्या पीक- अवर्स मध्ये पुण्यात कुठलाही रस्ता ओलांडणे हे एक दिव्यच असते. मी जाऊन रस्त्याच्या अलीकडे उभा राहिलो व ट्रॅफिक मध्ये गॅप पडण्याची वाट बघत थांबलो. त्या दिवशी ट्रॅफिक जरा जास्तच होता. या रोडची खासियत अशी आहे, की, पुणे विद्यापीठ ते व्हाया पाषाण रोड - व्हाया चांदणी चौक - पौड डेपोपर्यंत, म्हणजे साधारण ५ - ६ किमी अंतरामध्ये कुठेही सिग्नल नाही. त्यामुळे सगळ्याच गाड्या, म्हणजे कार/ स्कुटर/ मोटर सायकल/ बसेस आणि ऑटो, रस्त्याच्या दोन्हीकडून सुसाट स्पीडनी धावत असतात. बहुदा, ४-५ मिनिटे गेली, की, छोटीशी गॅप

मिळते व त्यामध्ये जीव मुठीत धरून रस्ता क्रॉस करता येतो. आज काय प्रकार होता माहित नाही, मधे गॅपच येत नव्हती. बाजूला बघितलं, तर काही तरुण मंडळी गॅप नसतांना पण, धावून रस्ता क्रॉस करत होती. तेवढ्यात एक अंध व्यक्ती समोरून आरामात रस्ता ओलांडून आली. अज्ञानात सुख असतं, असं म्हणतात, ते असं !

मी बऱ्याच वेळेला ४ - ५ पावले पुढे जायचो आणि वेड्यावाकड्या येणाऱ्या गाड्यांना घाबरून परत मागे यायचो. पण पुढे जायची हिम्मत होत नव्हती. वाट बघता बघता १० मिनिटे झाली, पण 'नो चान्स'. अशा वेळेस वाटतं, की, काहीतरी घडून ट्रॅफिक जॅम व्हावा, त्यामुळे आपोआपच क्रॉस करणाऱ्यांची सोय होते. पण तसंही आज काही घडत नव्हतं. १५ मिनिटे झाली, तरी मी होतो त्याच ठिकाणी होतो.

तेवढ्यात माझी नजर मागे गेली. मागे एक तगडी म्हैस उभी होती व तिच्या गळ्यातली दोरी धरून मुलगा उभा होता. म्हशीकडे बघताच मी मनातल्या मनात 'युरेका - युरेका' (म्हणजे 'सापडले - सापडले') असे ओरडलो. मी लगेच त्या मुलाकडे गेलो.

मी : दादा, म्हैस घेऊन पलीकडे चलणार का ?

मुलगा : कशाकरता ? काय करायचं आहे ?

मी : करायचं काहीच नाही. फक्त पलीकडे माझ्याबरोबर चलायचं आणि लगेच परत यायचं. ५ रुपये देईन.

(मुलाला काहीच अर्थबोध झाला नसावा. पण ५रु मिळणार आणि करायचं काहीच नाही, हे त्याला समजलं)

मुलगा : काका, चला.

मुलगा म्हैस घेऊन निघाला. मी म्हशीची ढाल करून, तिच्या उजव्या बाजूनी रस्ता क्रॉस करायला सुरुवात केली. इतका धुव्वाधार ट्रॅफिक असूनही मी मजेत रस्ता ओलांडत होतो. काही वाहन चालकांनी म्हशीकरता कर्कश्य हॉर्न वाजवले, काहींनी म्हशीला मनात शिव्या दिल्या असतील. आम्ही थाटात पलीकडे पोहोचलो. मी मुलाला ५रु दिले आणि आभार मानले. पलीकडे चार वयस्कर रस्ता क्रॉस करायला उभेच होते. मला इतक्या आरामात रस्ता ओलांडतांना बघून, सगळेच मुलाला म्हणाले

- अरे आम्हाला पण पलीकडे सोड. आम्ही २ - २ रु देऊ. लगेच मुलानी म्हैस मागे वळवली आणि सगळे म्हशीच्या आडोश्यानी पलीकडे निघाले. मला हे बघतांना मजा वाटली. मी जवळच्या बस थांब्यावर जाऊन बस ची वाट बघत बसलो.

रस्त्यावरचा ट्रॅफिक मगाशी होता, तसाच टॉप गिअर मधे होता. सहजंच माझं लक्ष पलीकडून येणाऱ्या म्हशीकडे गेलं. दोन वयस्कर म्हशीच्या आडोशाने रस्ता क्रॉस करत होते. म्हशीच्या फेऱ्या सुरु झालेल्या बघून मला मजा वाटली आणि लक्षात आलं, की, म्हशीबरोबर रस्ता क्रॉस करणं, या सारखा सुरक्षित पर्याय नक्कीच नाही. तेवढ्यात त्या मुलाचं लक्ष माझ्याकडे गेलं व त्यानी आनंदानी हात हलवला. बहुदा मनामध्ये मला थँक्स म्हटले असेल. मी पण हात हलवून त्याच्याशी संवाद साधला. तेवढ्यात माझी बस आली आणि मी आत चढलो.

नंतर साधारण महिनाभर माझी जा-ये स्कुटरनीच सुरु होती. स्कुटर असली, की, माझा जाण्यायेण्याचा रस्ता थोडा बदलतो.

आज बायको स्कुटर घेऊन बावधनहून लवकर घरी गेली, त्यामुळे मला बसनी जायचे होते. मुलीकडून निघालो आणि चालत मेनरोडला पोहोचलो. साडेसात ची वेळ असल्यामुळे रस्त्याच्या दोन्ही बाजूनी सुसाट गाड्या धावत होत्या, सगळीकडून हेडलाईट डोळ्यावर येत होते, कर्कश्य हॉर्न वाजत होते. काही टू व्हीलरवाले उलटीकडून येत होते. काही फुटपाथवरून येत होते. थोडक्यात म्हणजे, पुण्यातल्या कुठल्याही हमरस्त्याचं चित्र समोर होतं. चित्रातला एक रंग मिसिंग आहे, हे पटकन लक्षात आलं. जीव मुठीत घेऊन रस्ता क्रॉस करतांना कुणीच दिसत नव्हते. मी मनात म्हटलं, हे गेले कुठे ? तेवढ्यात माझं लक्ष थोडं पलीकडे उभ्या असलेल्या म्हशीकडे गेलं आणि म्हशीबरोबरच्या मुलाचं माझ्याकडे गेलं. मला बघताच मुलांनी हात उंचावला आणि ओरडला, 'काका, चला पलीकडे सोडतो. फ्री मध्ये, पैसे द्यायचे नाही'.

माझ्या डोक्यात महिन्यापूर्वीच्या घटनेची ट्यूब पेटली, आपण याला म्हशीबरोबर रस्ता क्रॉस करण्याचे ५रु दिले होते.

मुलगा मला थांबा म्हणाला आणि धावत जवळच्या फुलवाल्याकडून एक फुलांचा सुंदर गुच्छ घेऊन आला. मला गुच्छ देऊन त्यानी खाली वाकून मला नमस्कार केला व म्हणाला, काका चला.

आम्ही म्हशीच्या आडोशाने रस्त्यावर उतरलो आणि चालायला लागलो. महिन्यापूर्वी गेलो होतो, तेव्हा म्हैस थोडी बिचकत होती. आज ती एकदमच कंफर्टेबल वाटत होती. आपल्याकडे सिग्नल तोडणारे, उलटे येणारे, फुटपाथवर गाड्या घालणारे जेवढे कंफर्टेबल असतात तेवढीच.

चालता चालता --

मी : अरे म्हशीला घेऊन इकडे काय करत होतास ? आणि मला हा गुच्छ कशाकरता ?

मुलगा : काका, गेल्या वेळेला आपण भेटलो होतो, त्या दिवसापासून मी रोजच इथे असतो. आणि रोजचं तुमची वाट बघत होतो.

मी : कशाकरता ?

मुलगा : तुम्हीच मला हा मार्ग दाखवला. संध्याकाळी रोज म्हशीला घेऊन इथे येतो आणि रस्ता क्रॉस करणाऱ्यांची मदत करतो, मला पण छान पैसे मिळतात. गेल्या १० दिवसांपासून ह्याच रोडवर आता ८ म्हशी सोडल्या आहेत. घरचे सगळेच म्हशींबरोबर इथे निरनिराळ्या चौकात येतात व २- ३ तास थांबतात. रोजचे म्हशीमागे ८० - १०० रु मिळतात. ह्या वेळेला म्हशींना काहीच काम नसते. त्यांची खाण्यानंतरची शतपावली होते. रात्री त्यांना झोप पण छान लागत असेल. त्यामुळे दूध पण वाढले आहे.

मी : ट्रॅफिक कमी असेल तर ट्रिपा मिळत नसतील !

मुलगा : काका, क्रॉस करणारी पब्लिक कायमच असते. आणि ट्रॅफिक कमी असतांना गाड्यांवाले जास्तच स्पीडनी आणि वेड्यावाकड्या गाड्या मारतात. त्यामुळे माझ्या ट्रिपांना मरण नाही. अगदीच दुपारी किंवा रात्री ९ नंतर मीच येत नाही.

मी : वा, क्या बात है !

तेवढ्यात आम्ही पलीकडे पोहोचलो. तिथे पाच-सहा वयस्कर स्त्री - पुरुष उभे होतेच. मुलानी लगेच त्यांना माझी ओळख करून दिली - ह्या काकांनीच मला ही म्हशीची कल्पना दिली. वगैरे.

मी मनातून आनंदलो व देवाचे आभार मानले.

सगळ्यांनीच मला थँक्स दिले. त्यातल्या तिघा जणांनी मला बाजूला घेतले व मुलाला सांगितले, 'आम्ही पुढच्या ट्रिप ला येतो. तू जा पुढे'.

एक जण (मला) : तुम्ही आमचा व आमच्या घरच्यांचा फार मोठा प्रॉब्लेम सोडवला आहे. आता घरून बाहेर पडतांना बायको बजावते, 'म्हैस असेल तरच रस्ता क्रॉस करा. २ -५ रु जाऊ देत'.

दुसरी व्यक्ती : पूर्वी रोज रस्ता ओलांडताना समोर म्हशीवर बसलेले यमराज दिसायचे. आता त्यांची म्हैसच बरोबर असते,

त्यामुळे एकदम 'बी - न - धा - स'.

तिसरी व्यक्ती : आमच्या ज्येष्ठ नागरिक संघाच्या पुढच्या मीटिंगला आम्ही तुम्हाला बोलावू. आम्हाला तुमचा सत्कार करायचा आहे. तुम्हाला नक्की यायचे आहे. तुमची म्हशींची कल्पना म्हणजे - 'तोड नाही'. फोन नंबर ची देवाण घेवाण झाली.

त्यांना बाय करून मी बस स्टॉप वर पोहोचलो. तिथे बसायला नवीनच बाक केले आहेत. बाकावर बसलो आणि कल्पनेच्या दुनियेत पोहोचलो ⤳ ⤳ ⤳ ⤳ ⤳ ⤳

पुढच्या काही दिवसांनंतरची वर्तमानपत्रे मला दिसायला लागली ⤳ ⤳ ⤳ ⤳ ⤳ ⤳

" सिनियर सिटिझन्सच्या मदतीला म्हशी सरसावल्या"

पुण्यातल्या रस्त्यांवर चालणे 'मौत का कुंवा' मधे गाडी चालवण्याइतके धोकादायक होते. तुम्हाला कोण आणि केंव्हा उडवेल, ही चालणाऱ्यांच्या मनात सतत धास्ती असायची. म्हशीचा आडोसा घेऊन चालतांना लोकांची ही धास्ती आता संपली आहे. खाली निरनिराळ्या चौकातले वयस्कर मंडळींना घेऊन रस्ता क्रॉस करणाऱ्या म्हशींचे फोटो होते.

'रस्त्यावरच्या स्पीड ब्रेकर्स ना रामराम'

बहुतेक रस्त्यांवरचे स्पीड ब्रेकर्स हद्दपार झाले आहेत. रस्त्यांवर ठराविक अंतरांवर म्हशींची जा - ये सुरु केल्यामुळे वाहनांच्या वेगावर आपोआपच वचक बसला आहे. 'वाहने सावकाश चालवा, पुढे स्पीड ब्रेकर आहे' ह्या पाट्या जाऊन, 'म्हशी पुढे आहेत' अशा पाट्या आल्या आहेत.

'आर्थोपेडीक क्लिनिक मधली गर्दी ओसरली'

रस्त्यांवरचे स्पीड ब्रेकर्स काढल्यामुळे वाहन चालकांचे पाठीचे व कंबरेचे दुखणे यात लक्षणीय घट नोंदवण्यात आली आहे.

'शाळा चालकांची म्हशीला पसंती'

शाळा सुटल्यानंतर लहान मुले रस्ता ओलांडताना वाहनांची नेहेमीच दशहत असायची. शाळेनी शाळा सुटतांना शाळेसमोर २ म्हशी तैनात कराव्या, अशी पालकांनी शाळा चालकांकडे मागणी केली आहे. बहुतेक शाळा चालकांनी याला मंजुरी दिली आहे.

'म्हशींना सर्वच शहरांमध्ये डिमांड'

सर्वच मोठ्या शहरांमध्ये पादचाऱ्यांच्या सुरक्षिततेकरता म्हशींची मदत घेणार. पाहणी पथके पुण्यात दाखल.

वर्षातली सगळ्यात इनोव्हेटिव्ह कल्पना म्हणून लवकरच शिक्कामोर्तब होण्याची शक्यता !

मीडिया संशोधकाच्या शोधात !!!

काहीतरी गोड आवाजामुळे माझी तंद्री मोडली. शेजारी बसलेली मुलगी सांगत होती, बस येतेय, चला. लांब बस दिसत होती. मी उठून पुढे आलो. बाजूला म्हशीच्या ट्रिप सुरु होत्याच. तेवढ्यात बस आली. मी म्हशीकडे बघून तिला बाय केलं आणि बसमध्ये चढलो.

Goodbye!

म्हैस (भाग २)

म्हैस हा विषय घेऊन अजून एखादा लेख लिहावा, असे बरेच दिवस मनात येत होते. पण लिहिता येईल अशी काही घटनाच घडत नव्हती. बाहेर पडलो, की, कुठे म्हैस दिसते कां ? आणि तशी काही घटना दिसते कां ? हेच विचार बऱ्याच वेळेला मनात असायचे. एखाद्या गोष्टीचा आपण ध्यास घेतला, तर ती घटना हमखास घडते, असे म्हणतात. आणि झाले पण तसेच. काही कारणामुळे, मी म्हशीच्या मुलाला, म्हणजे म्हशीबरोबरच्या मुलाला फोन केला, आणि मला "म्हैस भाग २" हा लेख लिहिण्याकरता सगळा मजकूर तयार मिळाला.

....

रविवारी मुलीकडे बावधनला रहायला जायचं असं ठरलं होतं. त्याप्रमाणे आम्ही दोघं रविवारी सकाळी बावधनला पोहोचलो. धाकटी मुलगी पण

दुपारी तिथे आली. सगळे जमल्यामुळे गप्पाटप्पा, खाणे-पिणे, आणि दिवस मजेत गेला.

सोमवारी सकाळी सहालाच उठलो आणि तासभर बाहेर फिरून आलो. आज बायको दुपारी स्कूटर घेऊन क्लासला जाणार होती, त्यामुळे संध्याकाळी मला बसनी कर्वेनगरला, म्हणजे घरी जावे लागणार होते. बस म्हटल्याबरोबर माझ्या डोळ्यासमोर रस्त्याच्या पलीकडचा बसस्टॉप आला, बेफाम ट्रॅफिक असलेला रस्ता आणि तो क्रॉस करण्याकरता करावी लागणारी कसरत आली आणि आता रस्ता क्रॉस करण्याकरता तिथे मदतीला असलेली म्हैस आली आणि तिच्याबरोबरचा मुलगा आला. आज बऱ्याच दिवसांनी म्हशीची आणि तिच्या बरोबरच्या मुलाची (गणेश) भेट होणार, म्हणून मी मनातून खुश झालो.

सकाळचे सात वाजले होते, विचार केला, सहजच गणेशला फोन करावा आणि सांगावं, की, मी आज रस्ता क्रॉस करायला आहे, संध्याकाळी साधारण सातच्या सुमाराला. तो सकाळी वॉट्सऍप वर असतो, असं तो गेल्या भेटीत म्हणाला होता. कुणाशीही बोलायला मला नेहमीच आवडतं. शुभ काम मे देर नही, असा विचार करून वॉट्सऍप वर त्याला फोन लावला. चक्क तो ऑनलाइन होता, आणि लगीच त्याचा ओळखीचा आवाज ऐकू आला.

तिकडून : काका, गुड मॉर्निंग. आज इतक्या सकाळी सकाळी कशी आठवण काढली ? रस्ता क्रॉस करायचा आहे कां ?

मी त्याला माझ्या मनातले आज संध्याकाळचे सांगितले.

गणेश : काका, सॉरी. नो सर्व्हीस टुडे. अगेन सॉरी.

मी : अरे, क्या बात है. एकदम इंग्लिश, काय इंग्लंड मध्ये वगैरे पोहोचला आहेस का ?

गणेश : काका, तिकडे नाही पोहोचलो, पण, मी जीवाची मुंबई करायला दुबईमध्ये आलो आहे.

मी : (मी एकदम उडालोच) काय दुबईमध्ये ?

गणेश : हो, ३ रात्रींची टूर आहे. आमच्या माहितीतल्याच एकानी नवीन टूर कंपनी सुरु केली आहे. त्यांची ही पहिलीच टूर आहे. बुकिंगचे श्रीगणेशा

करणाऱ्या पहिल्या ५ जणांना ४० टक्के डिस्काउंट होता, त्यामधेच मी बुक केले. त्यामुळे खूपच स्वस्तात टूर होतेय.

मी : वा, मस्तच. तू आता टूर वर आहेस, सकाळी निघायची तयारी करायची असेल. मग बोलू आल्यानंतर.

गणेश : काका, आत्ता पण बोलायला काहीच प्रॉब्लेम नाही. माझ्याकडे भरपूर, म्हणजे वेळच वेळ आहे.

मी : तुमचा ७ ला वेक अप कॉल, ८ ला नाश्ता आणि ९ ला बाहेर असा शेड्यूल असेल ना ? आता ७ वाजले आहेत.

गणेश : तुम्ही म्हणता, अगदी तसाच शेड्यूल आहे. पण दुबई आपल्या दीड तास मागे आहे. आता इथे सकाळचे ५.३० वाजले आहेत. अजून वेक अप अलार्म व्हायचाच आहे. म्हशी आणि दूध आणि आमची मुळची खेड्यावरची संस्कृती, यामुळे सकाळी ४ ला उठणे माझ्या रक्तात मुरले आहे. कुठेही असलो, तरी पहाटे ४ ला जाग येतेच येते. आजही इथल्या ४ वाजता उठलो. सकाळचे सगळे विधी आटोपले. दुधाच्या ऐवजी चहा घेतला. टूर कंपनीनी चहा, साखर, दूध, किटली, हे सगळे साहित्य बरोबर दिले आहे. आता टाईम पास म्हणून टीव्ही वरच्या इथल्या चॅनल्स वर फेरफटका मारत होतो, आणि तुमचा फोन आला. काका, तुम्हाला वेळ आहे कां ? ते सांगा. म्हणजे बोलू. मला आता अडीच तास एकदम मोकळा वेळ आहे. बावधनला जेव्हा केव्हा तुमची भेट होते, तेव्हा तुम्हाला रस्ता क्रॉस करून बस पकडण्याची घाई असते. आणि मला पण म्हशीच्या ट्रीपा असतात. त्यामुळे बोलणे असे कधीच होत नाही. आत्ता यापैकी काहीच नाही.

मी : मला भरपूर वेळ आहे. काय काय बघून झाले ?

गणेश : काल आम्ही डेझर्ट सफारी, पाम जुमेराह बघितले आणि थोडा फेरफटका झाला. आज बुर्ज खलिफा, दुबई फाऊंटन आणि दुबई मॉल बघायला जायचे आहे. इथले सगळेच खूप सुंदर आहे. राहणं, खाणं- पिणं एकदम चैन आहे.

मी : वा , म्हणजे देव तुझ्यावर एकदमच प्रसन्न दिसतोय !

गणेश : काका, मी जे शिकलोय आणि मला जे समजलंय, ते तुमच्या बरोबर शेअर केलं तर चालेलं का ? म्हणजे लहान तोंडी मोठा घास होणार नसेल, तर सांगतो.

मी : सांग, सांग. मला नवीन नवीन शिकायला नेहेमीच आवडतं.

गणेश : काका, मी दर रविवारी आईला घेऊन प्रवचन ऐकायला आमच्या जवळच श्री जोशीकाका महाराज यांच्याकडे जातो. आईला प्रवचनाची फार आवड आहे. तिच्यामुळे मला पण प्रवचनाची गोडी लागली. ते म्हणतात, देव हा सगळ्यांवरच कायम प्रसन्न असतो. हा असा आहे / तो तसा आहे, असा भेदभाव त्याच्याकडे नसतो. सगळ्यांना जे काय पाहिजे असेल, ते त्यांना देण्याकरता तो कायमच, म्हणजे २४x ७ उत्सुक असतो. पण आपणच रिसिव्हिंग मोड मध्ये नसतो. त्यामुळे पालथ्या घड्यावर पाणी असा प्रकार होतो. महाराज सांगतात, या मोडमध्ये जाण्याकरता, कुठल्याही देवळात जाण्याची गरज नाही, पोथ्यापुराण वाचण्याची गरज नाही, कुठलेही उपास-तापास करण्याची गरज नाही, तीर्थयात्रा करण्याची गरज नाही. या मोड मध्ये जाण्याकरता सोपा मार्ग म्हणजे - गरजू माणसांना नेहेमी आपल्याला जमेल तेवढी जास्तीत जास्त मदत करणे, वयस्कर व्यक्तींना नेहमी मदतीचा हात देणे, सगळ्यांवर मनापासून प्रेम करणे, कायम आनंदी आणि उत्साही राहाणे, आणि आपल्याला जे पाहिजे ते नक्की मिळणार असा नेहेमी सकारात्मक विचार करणे. सुरवातीला मला हे काहीच समजायचं नाही. पण तिथे बसून बसून माझी ट्यूब हळू हळू पेटायला लागली.

मी : खूपच छान. म्हणजे तुला देव भेटणार, हे नक्की.

गणेश : काका, ते होणे नाही. महाराज सांगतात, देव तुम्हाला किंवा कुणालाही आयुष्यात कधीही भेटत नसतो. आयुष्य संपल्यानंतर तो भेटतो / न भेटतो हे सगळे कल्पनेचे खेळ आहेत. आपण जर रिसिव्हिंग मोड मध्ये असलो, तर देव कुणाला तरी माध्यम करून, त्याच्या द्वारे, तो आपल्यावर कृपा करतो. कोण कुणाकरता माध्यम बनेल, ये वोही जाने !

मी : महाराजांचे विचार मला आवडले. तुझी आई पण धार्मिक वृत्तीची दिसतेय !

गणेश : हो, नक्कीच. पण धार्मिक वृत्ती म्हणजे, आपण मानतो तशी धार्मिक वृत्ती नाही. महाराजांच्या भाषेत ती कायम घेण्याच्या मोड मध्ये असते. रोज न चुकता ती सकाळी देवाची पूजा करते आणि मगच तिचा दिनक्रम सुरु होतो. आई म्हणते, देवाची पूजा करतांना, देवाकडे कधीच काहीही मागायचे नसते. त्यानी आपल्याला जे जे दिले आहे, त्याबद्दल त्याचे रोज आभार मानायचे. आपल्याला छान हात / पाय दिले आहेत, छान कान / नाक / डोळे दिले आहेत, त्याबद्दल देवाचे आभार मानायचे. आपण हिंडू फिरू शकतो / बोलू शकतो / ऐकू शकतो / बघू शकतो / काम करू शकतो, त्याबद्दल शरीर देवतेचे आभार मानायचे. आपण ज्या घरात राहतो, त्या वास्तुदेवतेचे रोज आभार मानायचे. आपल्याला हवा / पाणी / ऊन / पाऊस / खाण्याच्या सगळ्या वस्तू देणाऱ्या निसर्गदेवतेचे आभार मानायचे. ज्यांच्या माध्यमातून आपल्याला उपजीविके करता पैसाअडका मिळतो आहे, त्यांचे आभार मानायचे. ह्यालाच ती पूजा म्हणते आणि आईच्या शिकवणीमुळे मी पण तेच करतो. मी पूजा करतांना रोज न चुकता तुमचे पण आभार मानतो आणि म्हशीचे डबल आभार मानतो. दूध देते म्हणून आभार आधी मानायचोच, पण आता रस्ता क्रॉस करायला सगळ्यांची मदत करते म्हणून आणि त्यामुळे माझी पण आमदनी वाढते म्हणून. आज पण सकाळी पूजा करतांना तुमचे स्मरण मी केले होतेच.
काका, देवानी तुम्हाला माध्यम करून म्हशीबरोबर रस्ता क्रॉस करण्याची कल्पना मला दिली. तिथल्या लोकांनी म्हशी बरोबर रस्ता क्रॉस करून माझा उत्साह वाढवला, माझी आमदनी वाढवली. आधी फक्त तुमच्या कॉर्नर ला म्हैस आणायचो. नंतर त्या रोडवर घरच्यांच्या मदतीने रोज ६ म्हशी सोडायला सुरुवात केली. ही दुबई ट्रिप सर्वस्वी तुमच्यामुळेच आणि म्हशींमुळेच होते आहे, हे पक्के.

मी : गणेश, माझं यात काहीच नाही. तुझीच मेहेनत, चिकाटी आणि नवीन करण्याची धमक, यामुळेच हे शक्य झाले.

गणेश : काका, कित्येक दिवस संध्याकाळी मी म्हैस घेऊन, टाईम पास म्हणून तुम्ही भेटला त्या स्पॉट ला उभा असायचो. पण म्हशीला घेऊन पलीकडे येणार का ? असे मला कितीही ट्रॅफिक असला, तरी कोणीही

कधीही विचारले नाही. तुमची वाक्य माझ्या कायम लक्षात राहतील - म्हशीला घेऊन पलीकडे येणार का ? तिथे करायचे काहीच नाही. पलीकडे जायचे आणि परत यायचे. हे घे ५ रुपये. म्हशीचा असा पण उपयोग होऊ शकतो, हे मला क्लिक होणे शक्यच नव्हते.

मला हे नवीन ओपनिंग देण्याकरता, देवानी तुम्हाला माध्यम करून, रस्त्यावर खूप ट्रॅफिक असतो त्यावेळेस तुम्हाला तिथे आणले आणि मला पण तिथे थांबवून ठेवले आणि योग जुळून आला.

मी : तू मला क्रेडिट देतो आहेस, हा तुझ्या मनाचा मोठेपणा आहे. म्हशींच्या फेऱ्यांमुळे तू दुबईला गेला, हे बघून मला खूपच मजा वाटतेय.

गणेश : मी पुण्याला असतांना इतकं निवांतपणे तुमच्याशी कधीच बोलणं झालं नाही आणि आज इतके लांब असूनही, मस्त आरामात गप्पा मारता येतायत.

काका, माझ्याकडे तुम्हाला सांगायला अजून एक गुड न्यूज आहे आणि पुढचे काही प्लॅन्स आहेत. तुमचे आशीर्वाद आणि शुभेच्छा पाहिजेत.

मी : वा वा, सांग सांग.

गणेश : आमच्या भागातल्या दोन शाळांनी, शाळा सुटण्याच्या वेळेस मुलांना सुरक्षितपणे रस्ता क्रॉस करता यावा, म्हणून दोन-दोन म्हशी तिथे तैनात करण्याचा एक वर्षाचा कॉन्ट्रॅक्ट दिला आहे. ऍडव्हान्स चे पैसे बँकेत जमा झाले आहेत. या व्यतिरिक्त अजून ३ शाळांचे याच कामाकरता फोन आले होते, त्याकरता मी ६ म्हशींची जमवा जमव करतो आहे आणि हे पण नक्कीच फायनल होईल.

एका ॲडव्हर्टायझिंग कंपनीने एक वेगळ्या प्रकारचा कॉन्ट्रॅक्ट मला दिला आहे. ज्या म्हशी मी रस्त्यावर रस्ता क्रॉस करण्याकरता सोडतो त्यांच्या पाठीवर घालायला ते कापडाची झूल देणार आणि त्यावर त्यांना जी काय जाहिरात करायची असेल, ते त्यावर छापतील. जसे मिठाईची दुकाने, रोज लागणाऱ्या घरगुती सामानाची घरपोच सेवा देणाऱ्यांची माहिती, त्या भागातली पोळी भाजी केंद्र, मसाज, जिम, मोबाईल कंपन्या, अंडरवेअर / बनियन / वगैरे. जाहिरातीचे पेमेंट पर् म्हैस मिळेल. सध्या अशा जाहिराती होर्डिंग्ज वर असतात. होर्डिंग्ज वर सारखी बंदी येते / ती

काढल्या जातात आणि ती उंचावर असल्यामुळे तशी लोकांना वाचायला सोयीस्कर पण नसतात. म्हशीवरची जाहिरात १०० टक्के वाचल्या जाणार आणि रोज ती बदलता येणार. त्यामुळे मला याकरता छान रेट मिळाला आहे. ॲडव्हान्स पैसे पण मिळाले. ट्रायल ॲड म्हणून, "रोज सकाळी ६ ते ८ या वेळात शहाळं तुमच्या दारात. चहा सोडा - शहाळं प्या". ही ॲड होती. शहाळीवाला दिवसभरात जेवढी शहाळी विकत होता, ती सगळी ६ ते ८ मध्येच संपली. दुबईहून परत आलो, की मी हे जाहिरातीचे काम लगेच सुरु करणार.

मी : वा, ग्रेट. खूपच सुंदर ! आणि, पुढच्या काही प्लॅन्स बद्दल तू म्हणाला, तें काय प्लॅन्स आहेत ?

गणेश : एका पब्लिक फोरम च्या मिटिंग मध्ये गेल्या आठवड्यात मला बोलावलं होतं. मीटिंगमध्ये माझा रोल तसा अगदीच कणभर होता, पण त्या योगाने मला मोठ-मोठ्या लोकांचे विचार ऐकायला मिळाले, ते असे - रस्त्यावरच्या असंख्य स्पीडब्रेकर्स आणि रम्बलर्स मुळे अनेकांना पाठदुखी आणि कंबरदुखीचे त्रास सुरू झाले आहेत. पुढारलेल्या देशांमध्ये कुठल्याही रस्त्यावर स्पीड ब्रेकर नसतात. त्याच धर्तीवर इथल्या रस्त्यांवरचे पण स्पीड ब्रेकर आणि रम्बलर्स काढून टाकणार आहेत. पण तिकडच्या लोकांची शिस्त, आपल्या लोकांमध्ये यायला आणि ती मुरायला अजून भरपूर कालावधी लागेल, हे ओळखून, आपल्या गर्दीच्या रस्त्यांवर सिग्नल पाशी आणि थोड्या थोड्या अंतरांवर फिरत्या म्हशी सोडायच्या, असा प्लॅन आहे. जेणेकरून वाहनांच्या स्पीडला आपोआपच वचक बसेल. त्यामुळे अपघात शून्य होतील, लोकांची दुखणी शून्य होतील. लोक सुदृढ जीवन जगू शकतील.

ट्रायल म्हणून हे मिशन सुरू करण्याकरता मी वीस-एक म्हशी देऊ शकतो का ? याकरता मला तिथे बोलावले होते. मी हो म्हणून सांगितले. आणि तेव्हाच कोटेशन पण दिले. मस्त रेट मिळणार आहे. याच म्हशींच्या पाठीवर कापडाची झूल घालून, त्यावर ट्रॅफिकचे नियम लिहू आणि त्यांची जाहिरात करू, असे मी प्रपोझ केले, आणि सगळ्यांच्या टाळ्यांनी त्याचे

स्वागत झाले. जाहिरात करण्याचा रेट वेगळा मिळणार आहे. काही सामाजिक संस्था हा खर्च उचलणार आहेत.

सध्या सगळे वाहतुकीचे नियम रस्त्यावर डिस्प्ले केलेले असतात. पण ते रस्त्याच्या कडेला लावलेले असतात किंवा रस्त्याच्या मध्ये उंचावर असतात. गाडी चालवतांना, रस्त्यावरचे खड्डे बघू, कां कुठूनही कसेही रस्ता क्रॉस करणाऱ्या चालणाऱ्यांकडे बघू, कां ऑड जागी लावलेले नियम बघू, कां सिग्नल बघू, अशी बिचारी - अवस्था वाहन चालकांची होते. नियम वाचता न आल्यामुळे, लोकांना काय नियम आहेत, ते नीट समजत नाही आणि म्हणून असा गैरसमज पसरतो, की, लोक शिस्त पाळत नाहीत. मध्यंतरी एका परदेशी कंपनीनी इथल्या ट्रॅफिकचा सर्व्हे केला होता आणि त्यावरून असे निष्कर्ष काढले -

शंभर टक्के लोकांना मनापासून नियम पाळायचे असतात. पण हे नियम लक्षात राहत नाहीत, त्यामुळे पाळल्या जात नाहीत. नियम त्या त्या ठिकाणी समोर दिसले, तर पाळणे काहीच अवघड नाही. ६७ टक्के लोक वाहतुकीचे नियम पूर्णपणे विसरले आहेत, म्हणजे रस्त्यावर झेब्रा क्रॉसिंग कशा करता केले आहे, रस्त्यावर लाल - हिरवे - पिवळे दिवे कशाकरता लावले आहेत, वगैरे. लायसन्स काढतांना हे सगळे रटून रटून पाठ केलेले असते. लायसन्स हातात आले की, सगळे विसरायला होते. ५५ टक्के लोकांनी असे सांगितले, की, थांबा आणि जा, याकरता सिग्नलचे दिवे आहेत, हे माहित आहे, पण रोजच्या धकाधकीच्या जीवनामुळे / ताणतणावांमुळे मन स्थिर नसते, त्यामुळे बऱ्याच वेळा मनामध्ये कन्फ्युजन होतं, की, जाण्याकरता लाल दिवा आहे ? कां हिरवा आहे ? आपण सिग्नलपाशी पोहोचतो, लाल दिवा दिसतो. लाल दिवा बघून ३ - ४ जण थांबलेले दिसतात आणि मेजॉरिटी लोक सुसाट सुटत असतात. हे बघून मनात गोंधळ उडतो, की, लाल थांबा म्हणून आहे, कां, जा म्हणून? आम्हाला नियम तोडायचा नसतो, पण मनाच्या द्विधा अवस्थेमुळे हे घडते. ७० टक्के वयस्कर मंडळींनी सांगितले, की, ईश्वरी संविधानाप्रमाणे साठीनंतर स्मरणशक्ती कमी होते आणि नियम विसरायला होते.

या अशा सगळ्या बॅकग्राऊंड मुळे म्हशीवर ऍड करण्याची कल्पना सगळ्यांना आवडली असावी. आता समोरच जा-ये करणाऱ्या म्हशीच्या पाठीवर, म्हणजे अगदी जवळून सगळे नियम वाचायला मिळाले, तर लोक आपोआप नियम पाळायला लागतील. नियम विसरलो / गोंधळ झाला, वगैरे ला आळा बसेल. आणि आपल्या इथला ट्रॅफिक परदेशी ट्रॅफिकच्या तोडीस तोड होईल, असे मत मीटिंगमध्ये बहुतेकांनी व्यक्त केले.

मी इथे यायला निघालो त्याच्या आदल्या दिवशीच कुठल्या - कुठल्या रस्त्यावर ही ट्रायल घ्यायची, त्याकरता मंजुरी आली होती. आणि माझ्या कोटेशन वर मोठ्या साहेबांची सही पण झाली आहे,असे पण समजले.

मी : वाह्, क्या बात है. अरे पण या प्रत्येक म्हशी बरोबर माणूस लागेल त्याचे काय ?

गणेश : काका त्याचे पण प्लॅनिंग झाले आहे. आमच्या खेड्यातली आणि जवळच्या खेड्यांमधली बरीच मुले इथे कॉम्प्युटर, मसाज, परदेशी भाषा, नर्सिंग, अशा क्लासेस करता, किंवा पार्ट टाईम कामाकरता आली आहेत. त्यांना फावला वेळ असतो आणि पैशाची पण चणचण असते. चार पैसे मिळाले तर त्यांना काम पाहिजेच असते. त्यांना मी हा रोजगार उपलब्ध करून देणार आहे. माझे तसे मुलांशी बोलणे पण झाले आहे. लवकरच तुम्हाला हे प्रत्यक्षात बघायला मिळेल.

मी : गणेश, हॅट्स ऑफ टू यू. या वयात गरजूंना रोजगार देणं, म्हणजे सिम्पली ग्रेट. असं म्हणतात हरहुन्नरी माणसाकरता स्काय इज द लिमिट. ऑल द बेस्ट.

गणेश : तुमच्या शुभेच्छा म्हणजे हे होणारच. आणि पुढच्या वर्षी युरोप ची टूर करायची, हे आजच पक्के ठरले. काका , आमचे महाराज म्हणतात, “हमेशा उचा सोचो और हमेशा बडे सपने देखो. जो काम मिला है; उसमे दिल, दिमाग,और मेहनत से लगे रहो (मुन्ना भाई)”.

मी : यस्, पुढच्या वर्षी असेच व्हाट्सऍप वर युरोप - पुणे असे चाट करू. तू परत आल्यावर मला फोन कर. तुझ्या आईला आणि महाराजांना भेटण्याची आणि त्यांचे दर्शन घेण्याची मला उत्सुकता आहे.

गणेश : तुमच्याशी बोलून खूप आनंद झाला. काका, थँक्स. शुभदिवस.
मी : बाय, एन्जॉय दुबई. . .

गणेश करता म्हशीची फलदायी कल्पना मला सुचवल्याबद्दल मी देवाचे मनापासून आभार मानले आणि बायकोकडे गरमागरम चहाची फर्माईश कम विनंती केली.

सुचलेला एक छान विचार -

माणसाने आयुष्य इतकं सुंदर जगावं, की सुंदर या शब्दालाही असं वाटावं; की हे सौंदर्य तर मला माहीतच नव्हतं .

माणसाने इतकं हसतमुख रहावं; की मधुबालानी पण तोंडात बोट घालावं,

आणि देवानंदनी पण आपलं कौतुक करावं .

आणि याकरता आपण इतके प्रयत्न करावेत, की देवालाही आपलं भाग्य बदलणं भाग पडावं .

चारोळी

चला हसू या -

कायम आनंदी राहण्याची, हसत राहण्याची, खरंतर सगळ्यांचीच इच्छा असते. कारण आनंदी आणि हसणारी माणसं कायम तंदुरुस्त असतात आणि उत्साही असतात.

हसण्या बद्दल काही मोठे लोक काय म्हणतात; ते बघू - -

* Life is worth living as long as there is laugh in it
* A day without laughter is a day wasted
* Laughter is good for health and it is one of the best medicines in the world

हसण्यामुळे -

मनावरचा तणाव दूर होतो, रोगप्रतिकारशक्ती वाढते,
हार्ट अटॅकचा धोका कमी होतो, चेहऱ्यावर चमक येते.

* Smile is a spiritual perfume You spray on others *

आपण हसायला लागलो की आपल्या मेंदू मधून डोपामाईन, सेरोटीनीन, ऑक्सीटोसिन हे फील गुड हार्मोन्स रिलीज होतात. यामुळे मनाला प्रसन्न वाटते. तसेच हसण्यामुळे मेंदू मधून एंडोर्फिन्स हे हार्मोन्स पण रिलीज होतात. हे नॅचरल पेन किलर चे काम करतात त्यामुळे स्ट्रेस कमी होतो. एवढे मोठे पॅकेज आहे आणि ते पण फ्री ऑफ चार्ज.

प्रत्येकानी दिवसातून तीन-चार वेळा तरी हसण्याचा मुहूर्त गाठायचा आणि सुरू व्हायचं. चला तर मग, कुठलेही कारण न शोधता ,

start 1.. 2... & 3

हा हा हा हा, हा हा हाहाहा, हा हा हा हा हा ह

वेगळी सकाळ

रोज सकाळी ४० ते ४५ मिनिटे फिरणे यासारखा सुंदर आणि सोपा व्यायाम नाही, असे सगळेच जाणकार सांगतात. फिरतांना छोटीशी पथ्य पाळायची असतात, आणि ती म्हणजे, मोबाईल बरोबर घ्यायचा नाही आणि फिरतांना घरगुती गप्पा नाहीत. फिरतांना अनोळखी व्यक्तींशी ओळखी करता येतात, रस्त्यावर असलेल्या मंदिरांशी ओळखी करता येतात आणि त्या वाढवता पण येतात. फिरतांना या सगळ्यांना हाय - हॅलो करत चालत राहिलो, तर चेहेरा पण आनंदित राहतो आणि मन पण प्रसन्न राहते. सिझन बदलला, की, फिरतांनाची मजा पण बदलते. रोज फिरतांना काहीतरी वेगळेपण नक्कीच अनुभवता येते.

आणि एखादी वेगळी सकाळ अशी पण घडते - - - - - -

खरंतर सकाळ ही रोजच वेगळी असते आणि म्हणूनच ती मजेशीर असते. पण, आजची सकाळ जरा हटके, म्हणजे वेगळ्यातली वेगळी होती.

आम्ही रोज सकाळी फिरायला जातो. कुणीही म्हणेल, यात काय वेगळे आहे ! बरोबर आहे, यात वेगळे काहीच नाही, खरे वेगळे अजून पुढे आहे -

आम्ही साधारण सकाळी ७-७.१५ ला बाहेर पडतो. ही वेळ ऑफिसची असल्यामुळे, रस्त्यावर निरनिराळ्या ठिकाणी कंपन्यांच्या बसचे पिक-अप पॉईंट्स आहेत. काही ठिकाणी कॅब चे पिक-अप पॉईंट्स आहेत. त्यामुळे फिरण्याच्या पूर्ण रस्त्यावर, या वेळेला, फुटपाथवर थोड्या थोड्या अंतरावर मुले-मुली-स्त्री-पुरुष ग्रुपनी गाडीची वाट बघत उभे असतात.

काही ठिकाणी २ -३ जण असतात, तर काही ठिकाणी ६ - ७ जण असतात. रोजचे दृश्य म्हणजे, प्रत्येकाच्या हातात मोबाईल असतो. एकतर ही मंडळी फोनवर बोलत असतात किंवा चॅट करत असतात. काहींच्या कानाला मशीन लावलेले असते. सकाळी सकाळी भेट होते आहे, तर एकमेकांना हाय-हॅलो करणे, एकमेकांची विचारपूस करणे, काही गप्पा मारणे, हा प्रकार कधीच बघायला मिळत नाही.

आज बायकोला सकाळी एका लग्नाला जायचे होते, म्हणून मी नेहेमीच्या वेळेलाच, पण एकटाच फिरायला बाहेर पडलो.

मृत्युंजय मंदिराच्या जवळच, एका स्टॉप जवळ, दोन मुली उभ्या होत्या आणि चक्क मोठमोठयांनी हसत गप्पा मारत होत्या. एकीच्याही हातात मोबाईल नव्हता. दोघींच्या हातात बाजूच्या चहाच्या स्टॉल वरून घेतलेल्या चहाचे ग्लास होते. मुलींनाच असे नाही, पण कुणालाही असे मनमोकळं हसतांना बघितलं, की प्रसन्न वाटतं, मस्त वाटतं.

रस्त्यानी जातांना, असं काही वेगळं दिसलं, की आपोआपच आपली पावलं तिथे थांबतात. माझं पण असंच झालं. या रस्त्यानी मी इतके दिवस फिरतो आहे, पण मोबाईल नसणारी आणि एकमेकांशी बोलणारी माणसं, मी पहिल्यांदाच बघत होतो आणि ती पण विथ स्माइलींग फेस ! काय

कारण असेल ? ही माझी जिज्ञासा जागी झाली. कारण समजण्याकरता, त्यांनाच विचारणे, हा एकच पर्याय होता.

मी : मॅडम, एक विचारू का ?

(त्यांची नावे समजेपर्यंत त्यांना मेघना आणि मनवा म्हणूया)

मेघना : विचारा काका, काहीही विचारा, आम्ही आज एकदम खुश आहोत

मी माझी शंका त्यांना विचारली.

मनवा : काका, तुम्हाला आश्चर्य वाटणं साहजिक आहे. आज आम्ही एकमेकींना मोबाईल शिवाय बघतो, तेव्हा आम्हाला पण आश्चर्य वाटतं.

मेघना : काका, आज ड्राय-डे आहे.

मी : महाराष्ट्रात ड्राय-डे कुठे पाळतात ? आणि आता तर सकाळ आहे.

मेघना : आमच्या ड्राय-डे चा दारूशी काहीही संबंध नाही. ड्राय-डे ला दारू नसते, आमच्या ड्राय-डे ला मोबाईल नसतो. मृत्युंजय मंदिराजवळ आमचा स्टॉप आहे, श्री शंकराचा वार सोमवार, म्हणून सोमवारी आमचा ड्राय-डे असतो. आज मोबाईलची जागा, हातात नसून आमच्या पर्स मध्ये असते आणि वापर फक्त आलेला फोन घेण्याकरता किंवा काही फोन करण्याकरता.

मी : वा ! काय मस्त आयडिया आहे ! तुम्हाला ही कल्पना सुचली कशी?

मनवा : काका, नुकतेच, आम्ही दोघी युरोपमध्ये स्वीडनला होतो, तीन महिने. तिथे आम्हाला खूप शिकायला मिळाले. ही कल्पना पण त्यातूनच मिळाली. आमच्या ड्राय-डे बद्दल विचारणारे तुम्ही पहिलेच आहात. तुम्हाला ऐकायचे असेल, तर, आमच्या बरोबर चहा घ्यावा लागेल. मी काही उत्तर द्यायच्या आत, तिनी बाजूच्या चहावाल्यांना खूण केली आणि माझ्या हातात चहाचा ग्लास आला.

मी : मॅडम, तुमची बस किती वाजता आहे ?

नाहीतर बोलण्याच्या नादात - -- -

मेघना : कॅब आलेली आहे. ही काय आमची कार उभी आहे. आमचं फ्लेक्सी टायमिंग असतं, उशिरा गेलो, तर तेवढं नंतर थांबायचं ! नो प्रॉब्लेम.

आता , ड्राय-डे ची कल्पना कशी आली ते सांगते ---
त्याचं असं झालं - -
स्वीडनमध्ये टू व्हीलर किंवा फोर व्हीलर चालवणारा एकही जण, आम्हाला मोबाईलवर बोलतांना दिसला नाही. आम्हालाही तुमच्यासारखचं आश्चर्य वाटलं. दुसऱ्याच दिवशी, आम्ही तिथल्या एकाला गाठलं, जसं शंका विचारायला तुम्ही आम्हाला गाठलं. तिथे सगळ्यांनाच इंग्रजी येतं.
मी : मॅडम, थोडा फरक आहे. मी दोघींना गाठलं, आणि तुम्ही दोघींनी एकाला गाठलं. त्यांनी पण तुम्हाला चहा ऑफर केला होता का ? बरं, गाठल्यावर पुढे काय झालं ?
त्या दोघी मला भूतकाळात घेऊन गेल्या ------
मेघना : आम्ही त्यांना विचारलं, की, इथे कोणीच गाडी चालवतांना मोबाईल वर बोलतांना दिसत नाही. पोलीस पकडतात का ? दंड जास्त असतो का ? लायसन्स जप्त करतात का ?
परदेशी माणूस : अहो, गाडी चालवतांना मोबाईल वापरणे, स्वतः करताच धोकादायक असते, हे आम्हाला समजतं नाही का ? ते पोलीसांनी कशाला सांगायला पाहिजे ! उन्हाळ्यात आपण डोक्यावर टोपी घेतो, पावसाळ्यात छत्री घेतो. छत्री नाही घेतली, तर पोलिसांनी आपल्याला पकडायला पाहिजे कां? मॅडम, पाऊस पडतोय, तुम्ही छत्री नाही घेतली - भिजल्यामुळे तुम्हाला ताप येईल - सर्दी होईल. द्या १० युरो दंड.
मी टू व्हीलर चालवतांना हेल्मेट घातले नाही आणि काही कारणामुळे, रस्त्यावर गाडी घसरून पडलो, तर माझं डोकं फुटल्याशिवाय राहणार नाही, हे मला नक्कीच समजतं. त्यामुळे माझ्या सुरक्षिततेकरता मी हेल्मेट घालतोच. याच्या करता नियम आणि पोलीस कशाला पाहिजेत ? कार चालवतांना आम्ही सीट बेल्ट लावतोच, त्याचं कारण हेच. अर्थात ज्याला मानेचा त्रास असेल, वयस्कर माणसांना हेल्मेट मुळे त्रास होत असेल, तर ते हेल्मेट वापरत नाहीत. हेल्मेट हे वैयक्तिक सुरक्षिततेकरताच आहे. .
मनवा : अहो, पण कार चालवणारे मोबाईल वर का बोलत नाहीत ? अपघात झाला तर त्यांना काहीच होणार नसते ! चालणाऱ्याचे बारा वाजतात ! मग, याकरता काही नियम आहे का ? दंड आहे का ?

परदेशी माणूस : मॅडम, नियम आला, की, बघायला यंत्रणा आली. दंड आला, की, गैरव्यवहार आला. आणि मॅडम, समजा, माझ्या कारनी, 'अ ', 'ब' , 'क ', 'ड', लोकांना धडक दिली, तर, मला काहीच होणार नाही, हे बरोबर आहे. आता, इतर कुणी असेच ४ -५ लोकांना उडवले आणि त्या 'अ ', 'ब' , 'क ', 'ड', मध्ये माझे आई - वडील असले तर ? बायको असू शकते ! मुले असू शकतात ! मित्र असू शकतात ! अशी दुसऱ्यांनी दिलेली धडक मला आवडेल का ? नक्कीच नाही. मग, मी दिलेली धडक इतर कुणाला आवडेल का ? तर नाही. 'इस हाथ दे - उस हाथ ले'. व्हेरी सिम्पल. म्हणून गाडी चालवतांना 'नो मोबाईल'.

आम्ही रस्त्यावर नजर टाकली, तर, खरोखरच हेल्मेट, सीटबेल्ट वापरतांना सगळेच दिसत होते. आम्ही दोघींनी एकमेकीला चिमटा काढून शुद्धीवर असल्याची खात्री करून घेतली.

मेघना : इथे चौकात कुठेच ट्रॅफिक पोलीस दिसत नाहीत. स्पीड लिमिट न पाळणे, झेब्रा क्रॉसिंग वर गाडी उभी करणे, नो एंट्रीतून येणे, वगैरे कोण बघतं ? कोण पकडतो ?

परदेशी माणूस : इथे सगळेच लोक सुशिक्षित आहेत, सगळ्यांना वाचता येतं. रस्त्यावर स्पीड लिमिटचे बोर्ड का लावले आहेत ? रस्त्यावर लेन का मार्क केल्या आहेत ? झेब्रा क्रॉसिंग का मार्क केले आहेत ? याचा अर्थ सगळ्यांना समजतो. इथे फक्त वाहतूक आणि सुरक्षितता यांच्याशी संबंध असलेलेच बोर्ड रस्त्यावर लावता येतात.

मेघना : अहो आमच्या कडे पण सगळ्यांना वाचता येतं, आमच्याकडे पण रस्त्यावर असे बोर्ड असतात. पण जास्त बोर्ड चा भरणा वाढदिवसांचे बोर्ड आणि जाहिराती यांचा असतो. त्यामुळे सुरक्षितता संबंधी बोर्ड कुणालाच दिसत नाहीत, आणि कुणी बघितले - तरी ते पाळत नाहीत. याला आम्ही, 'कळतं पण वळत नाही' असं म्हणतो.

मनवानी मेघनाला हळूच चिमटा काढला, अगं, मराठी माणसांनाच ही सवय आहे, म्हणूनच ही म्हण फक्त मराठीत आहे. इंग्रजीत तू 'अंडरस्टॅण्डिंग बट नॉट टर्निंग' अशी म्हण कधी ऐकली आहेस का ?

मनवा : अहो, इथे स्पीड ब्रेकर दिसत नाहीत, जिथे फोर व्हीलर ला एंट्री नाही, तिथे खांब दिसत नाहीत, फुटपाथवर टू व्हीलर नेऊ नये म्हणून तिथे खांब नाहीत.

फुटपाथवर खांब हा काय प्रकार आहे, हे परदेशी माणसाला बम्पर गेले असावे, त्यामुळे तो, 'वॉट, वॉट, वॉट इज दॅट' असं विचारायला लागला. आमच्या लक्षात आलं, की, जे बोर्ड वाचून तसं वागत नाहीत, त्यांच्याकरताच स्पीड ब्रेकर आणि खांब लागतात. आणि यांचा शोध आपल्या कडेच लागला असणार.

हे सगळं ऐकल्यावर सगळ्यांच्याच मनात एक शंका नक्कीच येणार, तीच मनवाच्या पण मनात आली. विचारू का नको, असं करत, तिनी विचारलंच ---

मनवा : इथे सगळे लोक नियम पाळतात, त्यामुळे कुणालाच अडवायचे नाही, कुणाचं लायसन्स बघायचं नाही, कुणाच्या पावत्या फाडायच्या नाहीत, मग इथे ट्रॅफिक पोलीस असतात का नाही ? आणि असले, तर ते करतात काय ?

परदेशी माणूस : अहो, इथे पोलीस आहेत. ते सगळ्या ट्रॅफिक वर नजर ठेवून असतात. कुठल्याही कारणामुळे कुठेही काहीही अडचण असेल, तर ते लगेच मदतीला पोहोचतात. सगळे रस्ते, फुटपाथ यांची स्वच्छता, वेळच्या वेळी दुरुस्ती, रस्त्यावरचे मार्किंग - पट्टे, या सगळ्या गोष्टी तेच पाहत असतात. इथे तुम्हाला रस्त्यावर एकही खड्डा दिसणार नाही, कचरा दिसणार नाही, एकही सिग्नल बंद दिसणार नाही.

मेघना : तुमचं हे सगळं ऐकून आणि बघून, असं वाटतं, की, आम्ही एखाद्या काल्पनिक दुनियेत आहोत. अजूनही काही विचारलं तर चालेल का ?

परदेशी माणूस : हो, पण छोट्याश्या ब्रेक नंतर --

परदेशी माणसानी बाजूच्या व्हेंडिंग मशीन मधून ३ कोक आणले, आणि म्हणाला, चियर्स . एक एक घोट घ्या आणि विचारा.

मेघना : आमच्या कडे लोक रस्त्यावर कचरा जाळतात, खूप धूर सोडणारे आणि कर्कश्य आवाज करणारे फटाके फोडतात. सण साजरे

करण्याकरता, मोठमोठया मिरवणूक काढतात, ट्रॅफिक जॅम होतो. कर्कश्य आवाजात गाणी लावलेली असतात. ही यादी खूप मोठी होईल. तुमच्या कडे असे प्रकार असतात का ?

परदेशी माणूस : तुम्ही सांगता एवढी वाईट परिस्थिती इथे कधीच नव्हती. पण थोड्याफार प्रमाणात काही गोष्टी असायच्या. आता यातले काहीच इथे बघायला मिळणार नाही. इथल्या सामाजिक संस्था, लोकांच्या सभा घेऊन, वर्तमानपत्रांमधून व इतर उपक्रमांमधून, हे केल्यामुळे होणारे दुष्परिणाम, लोकांना वेळोवेळी समजावून सांगतात. राजकीय विरोधी पक्ष पण, आपले नाव विरोधी, म्हणून सरकारच्या सगळ्याच धोरणांना विरोध करत नाहीत. चांगले असेल त्याला सगळेच मनापासून पाठिंबा देतात. इथे लोकांना एकदा कळलं, की, लगेच ते वळतं. ज्यामुळे सामाजिक स्वास्थ्य बिघडेल किंवा ज्यामुळे देशाच्या संपत्तीला हानी पोहोचेल, अशा गोष्टी इथे कुणीच करणार नाही. सगळेच राजकीय पक्ष याबाबतीत एकत्र काम करतात. विरोधी पक्ष म्हणून कायम विरोधीच भूमिका घ्यायची, हा प्रकार इथे नाही. लोकांचे हित, हेच सगळ्या पक्षांचे उद्दिष्ट असते.

मनवा : वा, तुमच्याकडून आज खूपच शिकायला मिळालं. आमच्याकडे असा बदल झाला तर काय मजा येईल !

(अशा ठिकाणी आता ३ महिने राहायला मिळणार, या कल्पनेनीच आम्ही सुखावलो). आम्ही परदेशी माणसाचे नाव विचारले, त्यांचे आभार मानले आणि त्यांना बाय - बाय केले - - -

मी : वा, म्हणजे तुम्ही ३ महिने प्रदूषण मुक्त हवा आणि पाणी यांचा आस्वाद घेतला. तिथले अन्नपदार्थ पण केमिकल विरहित आणि भेसळ विरहित असणार ! मस्तच ! आपल्याकडे फक्त नारळ हाच एकमेव असेल, की, ज्यात केमिकल नाहीत आणि भेसळ नाही.

मनवा आणि मेघना : काका, तिकडे अन्न आणि औषधे यात भेसळ करणाऱ्याला नक्कीच फाशी असणार. काका, तुम्ही आता ड्राय - डे कधी सुरु करताय ?

मी : मॅडम, तुम्ही स्वीडन ला जाऊन आला, आणि तुमचा स्टॉप शंकराच्या मंदिराजवळ आहे, म्हणून तुम्ही सोमवारी ड्राय - डे सुरु केला.

मॅडम, मी दोनदा स्वीडनला जाऊन आलो, आणि माझ्या रोजच्या फिरण्याच्या रस्त्यावर शंकर, देवी, दत्त, बालाजी, मारुती, नवग्रह, अशी सगळीच देवळे आहेत, म्हणून मी रोजच ड्राय - डे पाळतो. फिरायला जातांना नो मोबाईल, गाडी चालवतांना नो मोबाईल, लिफ्ट मध्ये, जिने चढता/उतरतांना नो मोबाईल, कुणाशी बोलतांना-गप्पा मारतांना नो मोबाईल, जेवतांना नो मोबाईल.

मनवा : काका, ग्रेट. तुम्ही आमच्याही पुढे आहात.

मी : आज तुमचा स्वीडन चा अनुभव ऐकायला मिळाला, खूप मजा आली. तुम्ही सांगितलेल्या सगळ्या गोष्टी, जर आपण सगळ्यांनीच आचरणात आणल्या, म्हणजे कळत्याला वळते केले, तर सगळ्यांचच जगणं खूप खूप सुखकर होईल, यात शंकाच नाही. अर्थात हे कुत्र्याची शेपूट सरळ करण्यासारखे आहे.

मेघना : आपण सगळ्यांनीच जर नेपोलियन वर विश्वास ठेवला, तर अशक्य असं काहीच नाही. काका, शेपूट पण सरळ होईल. आम्ही आता निघतो. लेट अस ऑल बी पॉझिटीव्ह अँड होप फॉर द बेस्ट .

मी : यस मॅडम. नक्कीच. माहिती आणि चहा बद्दल धन्यवाद. पुन्हा भेटू .

मी माझे नाव त्यांना सांगितले आणि त्यांची नावे विचारली.

त्या दोघी एकदम : **एम फॉर मनवा आणि एम फॉर मेघना .**

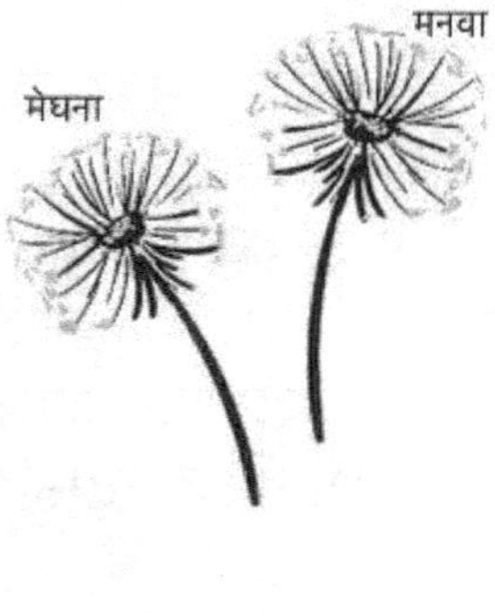

स - स्मार्ट सिटीचा, व - वाहतुकीचा

देशामध्ये स्मार्टसिटीचे वारे जोरदार वाहत होते. म्हणता म्हणता, स्मार्ट सिटीकरता निवड झालेल्या शहरांची पहिली यादी प्रसिद्ध झाली. आमच्या शहराचे नाव अपेक्षेप्रमाणे त्यात होतेच.

लगेचच कामाला सुरुवात झाली. निरनिराळ्या थरांमधल्या लोकांच्या काय अपेक्षा आहेत ? तरुणांच्या काय अपेक्षा आहेत ? वृद्धांच्या काय अपेक्षा आहेत ? स्त्रियांच्या काय अपेक्षा आहेत ? यावर ठिकठिकाणी चर्चासत्रे सुरु झाली. वर्तमानपत्रात रकाने भरभरून माहिती रोज छापून यायला लागली. वाहतूक, कचरा, मनोरंजन, वृक्ष लागवड, शिक्षणाच्या सोयी, खेळ, हवा - पाणी - अन्न प्रदूषण, हे विषय हाताळावे, यावर सर्वांचे एकमत झाले.

प्रत्येक विषय पूर्णत्वाकडे नेण्याकरिता कमिट्या स्थापन करण्यात आल्या. तज्ञांना पाचारण करण्यात आले. कामाचे आराखडे करण्यात

आले. काम म्हटले, की बजेट आले, पैसे देणे - घेणे आले, पैसे आले - की बरेच काही आले. त्यामुळे सगळेच खुश होते.

शहरातले रोजचे अपघात व रस्त्यावरची जीवघेणी परिस्थिती बघून, वाहतूक या प्रश्नाला 'AAA' हे नामांकन देण्यात आले. वाहतूक या विषयाकरता स्पेशल कमिटी स्थापन करण्यात आली. शासकीय वाहतूक यंत्रणा, सामाजिक संस्था, यांनी वाहतूक सुरक्षित व सुरळीत करण्याकरता अथक प्रयत्न सुरू केले. शाळेमधल्या मुलांना, त्यांचा अभ्यास बाजूला ठेवून, चौकाचौकात नियमांचे फलक घेऊन, दिवस दिवस उभे करण्यात आले. शिक्षकांना 'जिथे कोणी नाही-तिथे शिक्षक' या उक्तीप्रमाणे वाहतुकीच्या कामावर पाठवण्यात आले. सामाजिक कार्य म्हणून वयस्कर स्त्री-पुरुष दुखऱ्या कमरेला-गुडघ्याला पट्टे बांधून व हातात शिट्ट्या घेऊन, सिग्नल नसलेल्या ठिकाणी ड्युटीवर उभे ठाकले. चौकाचौकात पथनाट्य सुरू झाली. पण शहराची वाहतूक बदलायला तयार नव्हती, सगळे जैसे थे. सगळेच प्रयत्न असफल होत आहेत, हे लक्षात आल्यावर कमिटीने आपला अहवाल वरिष्ठांकडे सादर केला, की, शहराची वाहतूक सुधारणार नाही. हे काम कुत्र्याचे शेपूट सरळ करण्यासारखे आहे. वाहतूक हा विषय, स्मार्ट सिटीच्या नियमावली मधून वगळता येतो का, ते बघावे.

वरिष्ठांनी अर्थातच ते अमान्य केले. दिवस-रात्र काम करा आणि कुत्र्याचे शेपूट सरळ करा, असा सरळ सरळ निर्णय वरिष्ठांनी दिला. पैशाची काळजी करू नका, असे पण बजावले. म्हणता म्हणता, पहिल्या प्राथमिक ऑडिटची वेळ जवळ आली.

तेल अव्हिव्ह हून श्री सॅम अँट वाहतूक ऑडिटला येणार, ही पहिली बातमी आली. जगामधल्या अनेक शहरांना स्मार्ट सिटी बनवण्यात, श्री सॅम अँट यांचे मोठे योगदान आहे, अशी पण बातमी आली. तातडीची मीटिंग बोलण्यात आली. कुत्र्याचे शेपूट सरळ करणे, हा विषय सध्या बाजूला ठेवून, सॅम अँट यांना कसे पटवता येईल, यावर लक्ष केंद्रित करावे, असे सर्वानुमते ठरले.

एक मिनी कमिटी तयार करण्यात आली. दुसऱ्या दिवशी या कमिटीने तेल अव्हिव्ह ला जावे व श्री. सॅम अँट यांना सदिच्छा भेट द्यावी, त्यांना

भेटवस्तू द्यावी, असे ठरले. बजेट मंजूर झाले. काही सदस्यांनी बरोबर बायका-मुलांना नेण्याची पण मंजुरी घेतली. व्हिसा ऑन अरायव्हल असल्यामुळे, व्हिसाची पण अडचण नव्हती.

मंडळी तेल अव्हिव्हला पोहोचली. सॅम अँट बरोबर चर्चासत्र झाले. आमच्या शहराची वाहतूक अगदी तेल अव्हिव्ह सारखी आहे, असे सदस्यांनी सॅम यांना पटवून दिले. सॅम नी एकाच मुद्यावर भर दिला, की, वाहतुकीचे सगळे नियम लेखी तयार पाहिजेत व सगळी वाहतूक त्या नियमांप्रमाणे दिसली पाहिजे. असे असेल तर पास, नाहीतर नापास. वाहतुकीचे काय नियम असावेत, हे तुम्ही ठरवायचे आहेत. त्यांचे पालन मात्र शंभर टक्के पाहिजे. बाय-बाय झाले. सगळे जण तेल अव्हीव व जवळचा भाग बघून परत आले.

आल्या आल्या तातडीची बैठक बोलवण्यात आली. सॅम अँट यांनी सांगितलेल्या मुद्यांवर भरपूर चर्चा झाली, पण लिखित नियम व रस्त्यावरची वाहतूक, हे तंतोतंत सारखे कसे होणार, यावर तोडगा सापडला नाही. काहीही अशक्य नाही, म्हणणाऱ्या नेपोलियनला साकडे घालून झाले, पण उत्तर नाही. शोधा म्हणजे सापडेल सांगणाऱ्या, अस्मिताला पाचारण करण्यात आले आणि उत्तर सापडले. जशी आपली वाहतूक आहे, तसेच लिखित नियम तयार करणे, हा सापडलेला तोडगा सगळ्यांनीच एकमताने मंजूर केला. सगळे कामाला लागले. दोन दिवसात नवीन नियमावली तयार करण्यात आली. त्रयस्थ परदेशी माणसाला समजेल असे भाषांतर करू शकणाऱ्या दुभाषी ची नेमणूक करण्यात आली.

दोन दिवसांनी सॅम अँट यांचे विमानतळावर आगमन झाले. आल्या आल्या, त्यांचा वाहतुकीची संबंध येऊ नये, म्हणून त्यांना विमानतळाच्या समोरच असलेल्या मोठ्या हॉटेलमध्ये उतरविण्यात आले. दुपारच्या मीटिंग ची जय्यत तयारी झालीच होती.

वेळ -दुपार, स्थळ - मीटिंग हॉल : उपस्थित - सॅम अँट, वाहतूक कमिटी सदस्य, वरिष्ठ नेते व अधिकारी

सॅम अँट यांचे हार, पुष्पगुच्छ, ताजमहालची प्रतिमा, वगैरे देऊन स्वागत करण्यात आले. त्यांची सगळ्यांना ओळख करून देण्यात आली.

त्यांचे स्मार्ट सिटीच्या संदर्भामध्ये जगातील मोठ्या शहरांकरताचे योगदान, यावर प्रकाश टाकण्यात आला.

सॅम अँट थ्रू दुभाषी : धन्यवाद, तुमच्या स्वागतानी मी भारावून गेलो आहे. तुमच्या शहराला वाहतूक या संदर्भात जगामध्ये अव्वल दर्जा मिळवण्याकरता मी सर्वतोपरी सहाय्य करीन असे वचन देतो.

टाळ्यांचा कडकडाट झाला.

संयोजक : आता वाहतूक कमिटीचे सेक्रेटरी, आपल्याला वाहतुकीचे लिखित नियम वाचून दाखवतील.

सेक्रेटरी : आमच्याकडे लिखित नियम व रस्त्यावरची वाहतूक, हे भावा-भावा सारखे गळ्यात गळे घालून वाटचाल करत असतात. आमच्याकडे शाळांमध्ये 'व' वजनाचा असे शिक्षक शिकवायचे. पण नंतर आमच्या असे लक्षात आले, की, वाहतुकीचे महत्त्व मुलांना शालेय जीवनापासूनच समजायला हवे, म्हणून आम्ही शाळांमध्ये 'व' वाहतुकीचा शिकवतो. आतातर 'स' समई चा, याऐवजी आम्ही 'स' स्मार्ट सिटीचा असे शिकवायला सुरुवात केली आहे.

सॅम थ्रू दुभाषी : वा:, खुपच छान. खूपच वेगळा आणि प्रॅक्टिकल विचार आहे. आमच्या पण कधी असे लक्षात आले नाही.

टाळ्यांचा कडकडाट झाला.

सेक्रेटरी : आता तर, स - स्मार्ट सिटीचा आणि व - वाहतुकीचा हेच आमचे ब्रीदवाक्य आहे. सगळे वाहतुकीचे नियम, आम्ही बेमालूमपणे 'वाहतूक' या शब्दामधेच समाविष्ट केलेले आहेत. एकाच शब्दामध्ये सगळे नियम बसवणारे, आमचे एकमेव शहर असावे.

सॅम थ्रू दुभाषी : अच्छा, असे पण होऊ शकते !

सेक्रेटरी : आता आपण नियम बघू.

सेक्रेटरी : वाहतूक या शब्दांमध्ये चार अक्षरे आहेत. वा , ह, तू ,क

आता प्रत्येक अक्षरांमधला नियम बघू - -

वा : वाटेल तशी गाडी चालवा - सरळ चालवा, नागमोडी चालवा, उलट्या साईडने चालवा, नो एंट्री तून चालवा, फुटपाथवर चालवा, मोबाईलवर बोलतांना चालवा. वाटेल तेव्हा हॉर्न वाजवा - सिग्नल जवळ

गाड्या उभ्या असतील, तरी मागून हॉर्न वाजवा, माणसे रस्ता ओलांडत असतील, तरी हॉर्न वाजवा, काही कारण नसेल, तरी हॉर्न वाजवा. वाटलं तर हेडलाईट अपर वर ठेवा - वाटलं तर डिपर ठेवा.

ह : हवी तेथे रस्त्यावर गाडी थांबवा, हवी तिथे गाडी पार्क करा - पार्किंग/ नो पार्किंग बोर्ड बघा किंवा बघू नका. हवं असेल तर कोणाच्या गेट समोर पार्क करा, समांतर पार्क करा, काटकोनात पार्क करा, वाकडी पार्क करा. हवे असेल तर वळतांना साईड इंडिकेटर द्या - नाहीतर देऊ नका.

तू : तुम्ही रस्त्यावर काय स्पीडनी गाडी चालवायची, हे तुम्हीच ठरवा. तुम्ही सिग्नल केव्हा पाळायचे, हे तुम्हीच ठरवा . तुमच्या शाळेच्या रिक्षामध्ये पाच मुले बसवायची, का दहा-बारा बसवायची, हे तुम्हीच ठरवा. तुमच्या टू व्हीलर वर दोघांनी बसायचं, का, तिघांनी - चौघांनी बसायचं, हे तुम्हीच ठरवा. तुम्हीच ठरवा की, आपल्या टेम्पोमध्ये क्षमते एवढं सामान भरायचं, का, मनात येईल तेवढे भरायचं.

क : कशाचीही तमा बाळगू नका, गाडी तुमची आहे, रस्ते तुमचे आहेत, शहर तुमचे आहे, देश तुमचा आहे.

सॅम अँट थ्रू दुभाषी : चालणाऱ्या लोकांकरता पण काही नियम आहेत कां?

सेक्रेटरी : हो हो नक्कीच. चालणाऱ्यांकरता, रस्त्यावर असतांना, 'सतत देवाचा धावा करत रहा', एवढाच सोपा नियम आहे.

सेक्रेटरी चे भाषण संपले. टाळ्यांचा कडकडाट झाला. आता सॅम काय सांगतात, याकडे सगळ्यांचे डोळे लागले. सॅम उठून माईक स्टँडकडे गेले. दुभाषी पण हातात माईक घेऊन त्यांच्याजवळ गेले.

सॅम : (दुभाषींना) तुम्ही बसा, मी बोलतो.

सगळेच क्षणभर हादरले. सगळ्यांनी एकमेकांना चिमटे काढून, जागे आणि शुद्धीवर असल्याची खात्री करून घेतली.

सॅम : माझे मराठी ऐकून तुम्हाला आश्चर्य वाटणे साहजिक आहे. असो, या विषयावर आपण नंतर येऊ. आधी बिझिनेस .

सॅम : तुम्ही तयार केलेल्या नियमावली वरून, इथली वाहतूक किती जीवघेणी आहे, याची मला पुरेपूर कल्पना आली. माझी राहण्याची

व्यवस्था विमानतळाशेजारीच कां केली, ते पण माझ्या लक्षात आले. कुत्र्याचे शेपूट सरळ होत नाही, असे लक्षात आल्यावर, बहुतेक जण आशा सोडतात. पण तुम्ही प्रयत्न सुरू ठेवले. शोधा म्हणजे सापडेल, याचा ध्यास घेऊन, वा-ह-तू-क शब्दांची नवीन नियमावली तयार केली. याबद्दल सगळ्यांकरताच जोरदार टाळ्या झाल्या पाहिजेत.

सॅमनी स्वतः टाळ्यांना सुरुवात केली व सगळ्यांनी माना खाली घालून टाळ्या वाजवल्या.

सॅम : माझे असे मत आहे, की तुम्ही तयार केलेली नियमावलीच, आपण स्मार्ट सिटी करता वापरावी. तुमचे काय मत आहे.

सगळ्यांनी जोरदार टाळ्या वाजवून संमती दिली. शुद्धीवर असल्याची खात्री करण्याकरता, पुन्हा एकमेकांना चिमटे काढण्याचा प्रयोग झाला. अजुन किती वेळा चिमटे काढले लागणार आहेत, हे माहीत नसल्यामुळे, पुरुष सदस्यांनी आपल्या खुर्च्या, स्त्री सदस्यांपासून जरा लांब सरकवल्या.

सॅम : तुम्ही तयार केलेल्या नियमावली मध्येच मी किरकोळ बदल सुचवले, तर तुम्हाला चालेल का ?

सगळे सदस्य कोरसमध्ये : सर, नुसते चालणार नाही, तर पळेल, लवकर सांगा. आता मनापासून टाळ्या झाल्या.

सॅम : आता आपण एक एक नियम बघू -

वा : सगळे वाटेल तसंच करायचं, पण ते तुम्हाला वाटेल तसे नसून, आरटीओ ला वाटेल तसं करायचं, म्हणजे आरटीओ ठरवेल तसं करायचं

ह : हवं तसंच सगळं करायचं, पण ते आरटीओ ला हवं तसं.

तू : तुम्ही काय स्पीडनी गाडी चालवायची, हे तुम्हीच ठरवायचे आहे. पण स्पीड आरटीओ नी दिलेल्या लिमिट च्या आत ठेवायचा .

क : कशाचीही तमा बाळगू नका, यामध्ये फक्त 'नका' काढून टाकायचे. नका हा नकारार्थी शब्द आहे. नेहेमी सकारात्मक विचार करावा, असेच इथले सगळे संत सांगतात. म्हणून, सगळ्याच गोष्टींची तमा बाळगा.

थोडक्यात काय? तर आरटीओ च्या फ्रेम मध्ये वा - ह - तू - क ही नियमावली, मी सुचवल्याप्रमाणे बसवा आणि स्मार्ट व्हा. सगळे जण स्मार्ट झाले, तर, शहर आपोआपच स्मार्ट होईल.

सगळ्यांचे चेहरे चिंताग्रस्त झाले. सॅम असा काही बम्पर टाकतील, याची कुणालाच कल्पना नव्हती.

सॅम : यालाच तुम्ही कुत्र्याचे शेपूट म्हणता, बरोबर ?

सगळे (एक सुरात) : हो, हो.

सॅम : कुत्र्याचे शेपूट सरळ करता येत नाही, हे खरे आहे, पण माणसाला सरळ करता येतं. नियम तोडणाऱ्यांना सरळ करता येतं.

सॅम : साम-दाम-दंड-भेद हा मंत्र तुमच्याच पूर्वजांनी जगाला दिला होता. तुम्ही, साम आणि दाम, या दोनच पायऱ्यांवर खुश असता, कारण त्यात दिखावा असतो व पैसा असतो. जगातील सगळ्या शहरांमध्ये, नियम मोडणाऱ्यांना अतिशय कडक शिक्षा असते, मोठा दंड असतो. खून करणाऱ्याला फाशी असते, बरोबर ? मग, निष्पाप माणसांचे, अपघातात हात - पाय मोडणे, त्यांना वर पाठवणे, हे खून केल्यासारखेच नाही का ?

सॅम : तुमच्या आदरातिथ्याबद्दल मी सगळ्यांचा आभारी आहे. आजच माझे परतीचे फ्लाईट आहे. इथला ट्रॅफिक मला दिसू नये, म्हणून तुम्ही माझी राहण्याची व्यवस्था विमानतळाच्या शेजारीच केली त्याबद्दल धन्यवाद.

सॅमला इथल्या सगळ्याच गोपनीय गोष्टी कशा कळाल्या ? असे भाव सगळ्यांच्या चेहऱ्यावर उतरले.

सॅम : आणि शेवटची गोष्ट - येनकेन प्रकारे, तुमच्या शहराला स्मार्ट सिटी म्हणून सर्टिफिकेट पण मिळेल, पण मी सांगितल्याप्रमाणे बदल झाले नाहीत, तर, वाहतूक स्मार्ट झाली, असे म्हणता येणार नाही, आणि तुम्हाला पण ते आतून पटणार नाही. घरातून बाहेर गेलेला माणूस - वर जातो, कां हॉस्पिटलला जातो, का घरी परत येतो, ही सध्याची परिस्थिती आहे. जेव्हा घरातून बाहेर पडणारी व्यक्ती छातीठोकपणे सांगू शकेल - मी संध्याकाळी घरी येतोय, त्यालाच स्मार्ट वाहतूक म्हणतात.

आता माझ्याबद्दल थोडेसे स्पष्टीकरण. आमचे पूर्वज याच शहरातले. दोन पिढ्या आधी, आम्ही परदेशात स्थायिक झालो. माझे मूळ आडनाव सामंत. तिकडच्या लोकांना हा उच्चार करता येत नव्हता. त्यांनी स्पेलिंगचे दोन तुकडे केले sam आणि ant. आता सॅम अँट हेच आमचे

आडनाव झाले. मला मराठी भाषा आवडते. मी नेटवर अधून मधून मराठी पुस्तके वाचतो. वडिलांशी मी मराठीत बोलतो. जेव्हा माझे इकडे यायचे ठरले, तेव्हा मी इकडची वर्तमानपत्रे नेटवर वाचायला सुरुवात केली, त्यामुळे मला इथल्या वाहतुकीची पुरेपूर कल्पना आली. मी इथल्या भेटीबद्दल फी किंवा जाण्यायेण्याचा खर्च घेणार नाही आहे. मला मिळणारी रक्कम, इथल्याच होतकरु अपघातग्रस्त व्यक्तींच्या उपचाराकरता द्यावी, असे मी येतांनांच एम्बसी ला सांगितले आहे. जय हिंद !

सॅमचे विचार सगळ्यांच्याच मनात खोलवर उतरले आणि सगळ्यांनाच गहिवरून आले. “आम्ही बदलू आणि आमचे शहर पण बदलेल ! बदललेले शहर बघायला, आम्ही तुम्हाला लवकरच पुन्हा बोलावू आणि तुम्हाला पण नक्की यायचे आहे”, असा सामूहिक आवाज हॉलमध्ये घुमला.

सॅमचा निरोप घेऊन सभा संपली.

सुचलेला एक छान विचार :

समोरच्याच्या वाईटावर बोट ठेवण्यापेक्षा त्याच्या चांगल्यावर नजर केंद्रित केली तरच आनंद मिळू शकतो.

अहंकारी वृत्ती वाईट गोष्टींना आणि नम्रभाव वृत्ती चांगल्या गोष्टींना आकर्षित करते.

शाम दहावीला बसतो

दहावीच्या परीक्षा जवळ आल्या, की, मला शामच्या १० वी ची जुनी आठवण हमखास होते. शाम हा माझा मित्र पुरोहित याचा मुलगा. त्यावेळेस पेपरला बातमी असायची, की, कुणाच्या तरी आय कार्ड वर चुकून शाहरुख खान चा फोटो छापला होता, कुणाच्या आय डी कार्डवर ओबामा यांचा फोटो आला होता, वगैरे. अशा गोष्टींवर आपला सहसा, लगेच विश्वास बसत नाही, पण आमच्या श्यामच्या बाबतीत असेच काही घडले, त्यामुळे या गोष्टींवर विश्वास तर बसलाच, आणि ती घटना कायम मनात रुजली.

शाम पुरोहित त्यावर्षी दहावीला बसला होता. शाळेतून फॉर्म मिळाला. शामनी फॉर्म भरला. काही चुकले नाही ना, हे बघायला,

मित्रानी दोन वेळा फॉर्म तपासून पाहिला. आपल्या नवऱ्याचा स्वभाव वेंधळा आहे, हे माहीत असल्यामुळे, मित्राच्या बायकोने फॉर्म बरोबर भरल्याची पुन्हा खात्री केली. फॉर्म बरोबर फोटो पण पाठवायचा होता.

रिझल्ट लागल्यानंतर आपल्याकडे क्लासेस च्या जाहिराती आपण पेपरमध्ये बघतोच. आमच्या क्लासचा, अमित पुरंदरे बोर्डात पहिला आला, सीमा लांबे बोर्डात चौथी आली, सौरभ चोकटे ला तीन विषयात 98 मार्क, वगैरे वगैरे. त्या वर्षी परीक्षेचे फॉर्म भरायचे वेळेस, नव्यानेच फोटो स्टुडिओच्या जाहिराती सुरू झाल्या होत्या. गेल्या वर्षी परीक्षेच्या फॉर्म करता आमच्या स्टुडिओत फोटो काढलेला, कुणाल देशपांडे बोर्डात पहिला आला, शाम हिंगे पुण्यात पहिला आला, नेहा अवचटला गणितात १०० मार्कस, वगैरे वगैरे. मित्रानी सगळ्या जाहिराती बघून, फोटोकरता साई स्टुडिओ पसंत केला. चांगला मुहूर्त बघून सगळे शामला घेऊन स्टुडिओ मध्ये गेले. मित्राला डोळ्यासमोर पुढच्या वर्षीच्या पेपर मध्ये साई स्टुडिओची जाहिरात दिसायला लागली, फॉर्म करता साई स्टुडिओत फोटो काढणारा श्याम पुरोहित ठाण्यात पहिला.

फोटोग्राफर नी शाम कडे दोन-तीन अँगल्समधून बघितले, आणि स्टुडिओ मधला काळा कोट आणि लाल टाय घालून फोटो काढला. इथे रेट थोडा जास्त होता, पण शामनी विचार केला, पैशांपेक्षा बोर्डात येणे जास्त महत्वाचे आहे.

शामनी शाळेत फॉर्म, फोटो जमा केले. बोर्डाकडून ॲडमिशन कार्ड आले. शामनी नाव वगैरे तपासून बघितले. आपला काळा कोट व लाल टाय बघितला.

म्हणता म्हणता परीक्षेचा दिवस उजाडला. देवाला, आई - वडिलांना नमस्कार करून, शाम शेजारच्या बाळू बरोबर सेंटरला गेला. बाळू यावर्षी पुनः परीक्षा देत होता. पर्यवेक्षकांनी बाळूचे कार्ड बघून त्याला आत सोडले. शामनी मनात देवाला नमस्कार केला आणि कार्ड पुढे केलं. पर्यवेक्षकांनी शामकडे बघितलं आणि कार्ड बघितलं, पुन्हा शामकडे बघितलं आणि कार्ड बघितलं. मग शाम ला विचारलं, ओबामा यांचे पूर्ण नाव काय आहे. शाम ला वाटलं, १० सारखी मोठी परीक्षा द्यायची आहे,

म्हणजे जनरल नॉलेज आवश्यक आहेच. आत सोडण्यापूर्वी सर आपलं जी-के टेस्ट करत असतील. शाम नी लगेच उत्तर दिले 'बराक ओबामा'. पुढचा प्रश्न आला - बराक ओबामा कुठे राहतात. शाम तयारच होता - व्हाईट हाऊस , वॉशिंग्टन. मागच्या मुलांची चुळबुळ सुरु झाली, पण सरांशी पंगा नको, म्हणून सगळे चूप होते. पुढचा प्रश्न आला - बराक ओबामा आत्ता कुठे आहेत. या प्रश्नावर शाम गोंधळला.

त्यानी जी - के चा क्लास लावला होता. त्यामध्ये भारताचे आणि इतर देशांचे, राष्ट्रपती कोण आहेत , पंतप्रधान कोण आहेत, ते कुठे राहतात, त्यांनी देशाकरता काय महत्वाचे निर्णय घेतले, असे प्रश्न त्याचे झाले होते. पण अमुक व्यक्ती आता कुठे आहे, असा प्रश्न कधीच नव्हता. त्यामुळे शाम गोंधळला. लाईनमधला मागचा मुलगा स्मार्ट होता, तो म्हणाला सर, अमेरिकेचे अध्यक्ष केंव्हा कुठे असतील, हे गोपनीय असते. ते कुणीच सांगू शकणार नाही. सरांना उत्तर आवडले होते, पण लक्ष विचलित होऊ न देता, सर शाम ला म्हणाले, तुला उत्तर माहित नाही ना, मग चल हेडमास्तरांकडे.

चेंबरमध्ये गेल्यावर, पर्यवेक्षक हेडमास्तरांच्या कानाशी कुजबुजले - सर, याच्या कार्ड वर बराक ओबामा यांचा फोटो आहे. हेडमास्तरांनी आय - कार्ड बघितलं आणि शामकडे बघितलं, असं २-३ वेळा केल्यानंतर, कार्ड शाम ला दाखवत विचारलं, कार्डावर ओबामा यांचा फोटो आहे, ते आत्ता कुठे आहेत. शाम नी आय कार्ड बारकाईने बघितलं, तोच काळा कोट, तोच लाल टाय, पण आपला चेहेरा नाही, हे बघून शाम पण गोंधळला. हेडमास्तरांना वाटलं, की, ओबामा यांचं कार्ड आहे, म्हणजे, ते परीक्षेला नक्की येणार. कार्डावर नाव चुकू शकतं, पण फोटो चुकू शकत नाही, हा त्यांचा अनुभव. त्यांच्या वोटिंग कार्डवर फोटो त्यांचा होता, पण त्याचे नाव चुकीचे होते, तरी ते वोटिंग ला जायचे. त्यांच्या बायकोच्या एका कार्डावर, त्यांचे नाव वेगळेच आले होते. हेडमास्तरांच्या मनात मनसुबे सुरु झाले - ओबामा नक्की येणार, पेपर संपला की, त्यांच्या बरोबर फोटो काढू, आपला फोटो पेपरला येईल, वगैरे .

ओबामा यांना यायला उशीर होऊ शकतो, हे समजून सरांनी फर्मान काढले, की, ओबामा आल्यानंतरच पेपर सुरु होईल. त्यांनी शाम ला पुन्हा विचारले - ओबामा कुठे आहेत ? ओबामा आत्ता कुठे असतील, या प्रश्नानी शाम परेशान झाला. शामला अमिताभ यांच्या कौन बनेगा करो* पती ची आठवण झाली. कुणाची मदत घेता आली, तर या प्रश्नाचे उत्तर कठीण नव्हते. कुठलीही अडचण आली, की, आपल्याला राम - कृष्ण - शंकर आठवतात. पण यांना सोडून, शाम नी अमिताभ यांचा धावा सुरु केला. असं म्हणतात, की, ज्या गोष्टीचा, आपण आतल्या मनापासून धावा करतो, सृष्टी ती गोष्ट आपल्यापुढे साकार करते.

झाले अगदी असेच. सगळे आपापल्या 'खयालोंमें' असतांना, अचानकच एक प्रोड्युसर, त्यांची टीम आणि स्वतः अमिताभ केबिन मध्ये अवतरले. प्रोड्युसरनी, आधी सूचना न देता आल्याबद्दल, सरांची आधी माफी मागितली. त्यांना डोक्याला लावायच्या लाल तेलाची ऍड करायची होती. पेपर संपल्यानंतर, अमिताभजी एका मुलाच्या डोक्याला लाल तेल लावतील, आणि एक डायलॉग म्हणतील. आम्ही शाळेला देणगी देऊ, अशी कल्पना सरांना प्रोड्युसरांनी दिली.

शामला वाटले, की, आपल्या हाकेला ऐकूनच अमिताभ आले आहेत. शामनी हिम्मत करून, अमिताभ यांना गळ घातली, की, त्यांच्या हेल्प लाईन च्या मदतीने, त्यांनी, बराक ओबामा आत्ता कुठे आहेत, याचे उत्तर सरांना द्यावे. अमिताभ म्हणजे एव्हर ग्रीन आणि रिसोर्सफूल पर्सनॅलिटी. अमिताभनी हां-हां जरूर, असे म्हणायचा अवकाश, आणि प्रोड्युसरनी लगेच, कौन बनेगा ###पती चा मिनी सेट लावला. अमिताभनी ###पती स्टाईलने सुरुवात केली - शामजी किसकी मदत लेना पसंद करेंगे. फोन अ फ्रेंड या ऑडियन्स की ? आपने अभितक किसीभी हेल्प लाईन का इस्तेमाल नही किया है. शाम नी विचार केला, कि ऑडियन्स ची मदत घेण्यात काही अर्थ नाही. हेडमास्तरांना आणि पर्यवेक्षकांनाच हा प्रश्न आहे, त्यामुळे ते दोघे कट. बरं, अमिताभ यांची टीम आत्ताच इथे आली आहे, त्यामुळे त्यांना पण ओबामा आत्ता कुठे आहेत, ही कल्पना नसणार. अमिताभ नी शाम च्या मनातली चलबिचल

ओळखली आणि म्हणाले, क्या आप फोन अ फ्रेंड से पूछना पसंद करेंगे ? शाम ला हा पर्याय आवडला.

अमिताभ : किससे पूछना चाहोगे ?

शाम चे विचारचक्र सुरु झाले - बाबांना विचारावे का ? नाही, नाही. आत्ता आई कुठे आहे, हे पण त्यांना माहित नसते, ओबामांचे ते काय सांगणार ! ओबामा यांनाच फोन लावला तर काय हरकत आहे ? पण सरकारी ऑफिस मध्ये फोन लागेल कां ? बाबा बऱ्याच वेळेला काही माहिती विचारायला, एल आय सी ऑफिस ला फोन करतात, कधी पेन्शन ऑफिस ला फोन करतात, कधी कार्पोरेशन च्या ऑफिस ला फोन करतात, पण दिवस दिवस त्यांचा फोन लागत नाही. एकतर रिंग वाजत राहते आणि कुणी फोन घेत नाही, किंवा कायम एंगेज टोन येतो. पण कौन बनेगा मध्ये, कुठलाही फोन लावला, तरी २ किंवा ३ रिंग जातात आणि पलीकडचा फोन उचलतो. म्हणजे ओबामा यांना फोन लावायला काहीच हरकत नाही !

शाम : अमिताभ सर, मै ओबामाजी से पुछना चाहता हू!

अमिताभ : पक्का , लॉक किया जाय ?

शाम : हां , सर. पक्का.

अमिताभ : कॉम्प्युटरजी, बराक ओबामा जी को फोन लगाया जाय.

टीम तयारच होती. लगेच रिंग चा आवाज आला आणि अहो आश्चर्यम म्हणजे पलीकडून आवाज आला, यस् ओबामा हियर.

अमिताभ : सर, गुड मॉर्निंग, धिस इज अमिताभ फ्रॉम इंडिया, ठाणे हायस्कुल.

ओबामा : यस्, आय नो दॅट यु आर ऑन द लाईन. हाऊ कॅन आय हेल्प यू ?

अमिताभ : सर, शाम वॉन्टस टू आस्क यु समथिंग. यु विल बी गिव्हन 30 सेकंड्स. नेक्स्ट व्हॉईस इज फ्रॉम शाम, अँड युअर टाइम स्टार्ट्स नाऊ.

ओबामा : शाम, यु कॅन स्पिक इन मराठी, माय इंटरप्रिटर विल आन्सर.

शाम जाम खुश झाला.

शाम : सर, माझ्या आय कार्ड वर तुमचा फोटो आहे. तुम्ही परीक्षेला याल असे सरांना वाटते, तुम्ही सध्या कुठे आहात ?
ओबामा (ऑफिस) : मी आत्ता ऑफिस मध्ये आहे. मला नुकतीच मुंबईच्या कॉन्स्युलेटकडून माहिती मिळाली, की, तुमच्या कडे काही जणांच्या आय कार्डवर माझा फोटो आला आहे. मी तिथल्या परीक्षेला नक्कीच बसत नाही, हे सरांना सांग. याला दोन कारणे आहेत, एक म्हणजे, तिथल्या प्रश्नपत्रिकेत बऱ्याच चुका असतात, त्यामुळे उत्तर लिहितांना गोंधळ होतो. आणि दुसरे म्हणजे, पेपर तपासायची वेळ आली, की, तिथले शिक्षक संपावर जातात, आणि मग कुणीही पेपर तपासतो.
सरांना सांग, की, जरी माझा फोटो आय कार्ड असला, तरी ज्याचे नाव कार्ड वर आहे, त्याला परीक्षेला बसू द्यावे.
फोन कट झाला.

ओबामा यांना आपल्या परीक्षेबद्दल इतकी इत्यंभूत माहिती आहे, याबद्दल सगळ्यांनीच आश्चर्य व्यक्त केले.

सरांनी शाम ला कार्ड परत केले आणि पेपरला जायला सांगितले. पर्यवेक्षक म्हणाले, सर, परीक्षेची वेळ संपली आहे. आपण परीक्षा होल्ड वर ठेवली होती. इतर सेंटरची मुले पेपर संपवून बाहेर पण आली असतील. हेडमास्तरांनी लगेच निर्णय दिला, की, आजचा पेपर सगळ्यांनी दिला असे समजण्यात येईल. आणि बेस्ट ऑफ फाईव्ह चे ऍव्हरेज मार्क या पेपरला दिल्या जातील. शाळेतल्या मुलांनी टाळ्या वाजवत, आपापल्या घराकडे धूम ठोकली.

पेपर संपला, हे ऐकताच प्रोड्युसरची टीम पुढे आली. हेडमास्तरांची खुर्ची मध्ये ओढण्यात आली. शाम ला त्यावर बसवले. सायलेंस - लाईट्स ऑन - कॅमेरा रोलिंग, हे डायलॉग सुरु झाले. अमिताभनी लाल तेलाची बाटली उघडली आणि श्यामच्या डोक्यावर तेलाची धार सोडली. थंडा थंडा - कुल कुल असे म्हणत थोडे मॉलिश केले, आणि ‘ सरको लाल तेल लगाओ और एक्झाम का टेन्शन खतम', हा डायलॉग आपल्या शैलीत म्हटला. कट - कट अशी घोषणा झाली. सगळ्यांनी टाळ्या वाजवल्या.

प्रोड्युसर नी मुलांच्या ट्रिप करता सरांकडे १०,०००रु. चा चेक दिला. शाम ला १०००रु. चा चेक दिला. आणि अमिताभला १ लाख रु. चा चेक दिला.

शाम नी फोनकडे बघून ओबामा यांना नमस्कार केला. अमिताभ यांना नमस्कार केला. सरांना आणि पर्यवेक्षकांना नमस्कार केला आणि लाल तेलाच्या नशेत, हवेत तरंगत घर गाठलं.

****

छान विचार -

नाचते रहो, खेलते रहो, हसते रहो,
बाकी चिजे तो अपने आप होती रहेगी.

Life is better when you dance

व्यथा डासांची

डासांच्या उत्पत्तीकरता माहोल आपणच तयार करतो. आणि नंतर आपणच त्यांना मारत सुटतो. काय असतील डासांच्या व्यथा !!

प्राण्यांवर आतापर्यंत ५ लेख लिहिले . मोठा प्राणी म्हैस - म्हशीवर 'म्हैस' आणि 'म्हैस २' असे दोन लेख लिहिले, छोटा प्राणी कुत्रा - कुत्र्यावर 'काळं कुत्रं', आणि 'कुत्र्याचे शेपूट' असे दोन लेख लिहिले. पशुपक्षी यांच्यावर - 'आपली दिवाळी आणि पशुपक्षांचा शिमगा' हा लेख लिहिला. कीटकांवर वर जर काही लिहिले नाही, तर ते आपल्यावर नक्कीच रागावणार, हे नक्की. आणि डासांचे रागावणे खूपच महागात पडणार, हे पण नक्की. म्हणून हा लेख डासांवर लिहिला आहे - 'व्यथा डासांची'.

व्यथा हा शब्द आपल्याला नवीन नाही. काहीतरी छोट्या-मोठ्या व्यथांचे जंजाळ हे आपल्याभोवती नेहेमीच असते. बऱ्याचश्या आपल्या व्यथा, या काल्पनिक पण असतात. आणि आपण सगळेच त्यामध्ये इतके गुरफटलेले असतो, की आपल्या घरच्यांना /आसपासच्यांना काही व्यथा आहेत कां ? निसर्गातल्या प्राण्यांना / पक्षांना / कीटकांना / वृक्षांना / वातावरणाला काही व्यथा आहेत कां ? आपण त्याला कारणीभूत आहोत कां ? हा विचार पण आपण कधी करत नाही. पावसाळा सुरू झाला, की डासांना मारण्याकरता सगळेजण रॅकेट, कासवछाप, घेऊन तयार असतात. डासांना पण काही व्यथा असू शकतात, हा विचार तर आपल्या कल्पनेपलीकडचा आहे. डास हा कुणालाच आवडत नाही , पण त्यांच्या व्यथा काय असतील हे वाचायला आवडेल असे वाटते .

हा लेख लिहिल्या पासून आमच्या घरामधले "डास " एकदम गायब झाले आहेत.

डासांना पण व्यथा असू शकतात, यावर प्रथम दर्शनी कुणाचाच विश्वास बसणार नाही. पण जरा हटके जाऊन विचार केला, तर लक्षात येते, की, पर्यावरणाचा समतोल राखण्यात प्राणी / पक्षी / कीटक / वृक्ष या सगळ्यांचाच महत्वाचा आणि मोठा वाटा असतो. काहीतरी ठोस कार्य करायचे, म्हणजे त्यांनापण अडचणी ह्या असणारच, उपासमारीचे प्रसंग हे असणारच, काहीवेळा जीवावर बेतणारे प्रसंग पण असणारच. म्हणजेच ह्या सगळ्यांना आपल्यासारख्याच व्यथा असणार, हे उघड आहे. आता लगेचच प्रश्न उभा राहतो, की, आपण यांना काही मदत करू शकतो का ? आणि करायची म्हटलं, तर त्यांच्या व्यथा आपल्याला समजणार कशा ?

माणसाला अशक्य असे काहीच नाही, हे आपण अनुभवतोच. बुध / मंगळ हे ग्रह आपण आपल्या पत्रिकेत बघतो, आता लवकरच, ती आपल्या येण्या-जाण्याची ठिकाणे बनणार, हे नक्की.

आजकाल घराघरात कुत्री असतात. आपण काय बोलतो, हे त्यांना समजते, हे आपण बघतोच. ती भुंकून आपल्याला काय सांगत असतात, हे समजणारी माणसे पण आपण घराघरात आणि रस्त्यानी फिरतांना बघतोच. जर कुत्र्याची भाषा आपल्याला समजू शकते, तर इतर प्राण्यांची / जीव - जंतूंची भाषा समजणे अशक्य नक्कीच नाही आणि काहीतरी नवीन करणारी असामान्य माणसे आपल्यामध्ये आहेतच. नुकतीच टीव्हीवर अशाच एकाची मुलाखत ऐकायला मिळाली. त्याला डासांची भाषा समजते. एका मशीनच्या द्वारे, तो डासांचे एकमेकांशी चाललेले बोलणे समजू शकतो.

आपल्याकडे वयस्कर मंडळींना सल्ले द्यायला नेहेमीच आवडते. आमच्या वेळेस कसे होते, आता कसे आहे, आमच्या वेळेस सगळे कसे कठीण होते आणि आता सगळे कसे सोपे झाले आहे, हा वयस्कर मंडळींचा आवडता आणि तरुण मंडळींचा नावडता विषय असतो. याला आपण जनरेशन गॅप म्हणतो. डासांच्या बाबतीत पण जनरेशन गॅप, हा त्यांच्यामधला चर्चेचा विषय असतो, असे, त्याने टीव्ही वरच्या मुलाखतीत सांगितले. काही वयस्कर डास आणि काही तरुण डास, अशा एका ग्रुपमधली चर्चा त्यांनी ऐकली, आणि हा निष्कर्ष काढला. डासांमधला संवाद असा होता - - -

(वयस्कर डासांना आपण आजोबा म्हणूया आणि तरुण डासांना तरुण म्हणूया)

आजोबा : आमच्या वेळेस उदरनिर्वाह करणे फारच कठीण असायचे. चावण्याकरता माणसे / बायका मिळायच्या, पण चावायला जागा मिळणे फार कठीण असायचे. माणसांचे कपडे म्हणजे, पायजमा असायचा आणि फुल शर्ट असायचा. बायकांचे पण कपडे अंगभर असायचे. काहींच्या डोक्यावर पण पदर असायचा. त्यामुळे चावण्याकरता अंगावर जागा शोधणे, हे मोठे चॅलेंज असायचे. आम्ही कसे दिवस काढलेत, ते आम्हालाच माहीत. आता रोज नवनवीन येणाऱ्या फॅशन मुळे बायकांचे कपडे कमी कमी होत चालले आहेत. लहान मुलींचे कपडे पण अंगावर शोधावे लागतात. माणसे पण आता बरमुडा वर आली आहेत. त्यामुळे,

आता काय, पटकन अंगावर कुठेही बसायचे, चावायचे आणि रक्त ओढायचे, किती सोपे आहे !

तरुण : आजोबा, तुमचे म्हणणे - 'ऑन प्रायमा फेसी' म्हणजे, वरवर बघता बरोबर आहे. पण 'दिसते तसे नसते', हे तुम्हीच आम्हाला लहानपणी शिकवले आहे. म्हणजेच, आम्हाला चावायला जागा भरपूर किंवा खूपच जास्त आहे. पण पुढचा भाग, म्हणजे चावणे तसे सोपे नाही. आजकाल सगळेच निरनिराळे क्रीम्स अंगाला सारखे लावत असतात, अनेक प्रकारचे स्प्रे अंगावर उडवत असतात. फॅशनपायी आणि लाडापायी बायका हे सगळे, लहान लहान मुलींच्या अंगावर पण उडवत असतात. या सगळ्यांच्या वासामुळे, अंगावर बसले, की, गुदमरायला होते. आपल्याला अशा घाण वासाची सवय नसते ना ! अशा वेळेस काय करायचे ते सांगा आजोबा.

आजोबा : अरे, तुम्ही टीव्ही वर अस्मिताची सिरीयल बघता ना ? ती काय सांगते, 'शोधा म्हणजे सापडेल'. टीव्ही वर रामदेव बाबा जे प्राणायाम शिकवतात, त्यातच तुमचे उत्तर लपले आहे. कोण उत्तर सांगतोय ?

(आपल्याला उत्तर येत असेल, तर आपण एक हात वर करतो. तसेच तरुणांमध्ये एक पाय कुणी वर करतंय कां ? हे आजोबा बघतात)

तरुण : आजोबा, आमचा प्रश्न काय आहे, आणि तुम्ही अस्मिताला काय मधे आणता ! तुम्हाला ती जरा जास्तच आवडलेली दिसतेय ! हं, रामदेव बाबा मात्र आपल्याला अटॅक फ्रेंडली होईल, असे लेडीज आणि जेन्टस ब्युटी क्रीम / स्प्रे नक्कीच काढू शकतील. पण तोपर्यंत काय ?

आजोबा : अरे, उत्तर सोपे आहे. वास सहन करत चावायचं, रक्त प्यायचं आणि पटकन मोकळ्या हवेत जाऊन कपालभातीचे ८ - १० स्ट्रोक मारायचे आणि फ्रेश व्हायचे. इट इज दॅट सिम्पल.

तरुण : ग्रेट, आयडिया मस्त आहे. कल से ये भी कर के देखेंगे. आजोबा, तुमच्या वेळेस कासव नव्हतं, हा पण एक फरक आहे.

आजोबा : कासव तेव्हा पण होते. त्याचा चावण्याशी काय संबंध ?

तरुण : अहो, ते कासव नाही. कासव छाप कॉईल. ह्यामुळे घरात पोल्युशन खूप वाढते, आणि गुदमरल्यासारखे होते. गुड नाईट पण याचाच

भाऊ. समोर सावज दिसत असते, पण आत शिरणे मुश्किल होते. 'ब्युटी इज टू सी, नॉट टू टच" अशी पाळी आमच्यावर येते.

आजोबा : घरातल्या लोकांना यामुळे त्रास होत नाही का ?

तरुण : होत असणारच ! पण ते सवयीने सहन करतात. ह्यावर औषधे / डॉक्टर हे पण त्यांचे सुरूच असते.

तरुण : आजोबा, तुमच्या वेळेस वाडे होते, चाळी होत्या. सगळ्या घरांची दारे सतत उघडी असायची. खिडक्या दिवस - रात्र उघड्या असायच्या. त्यामुळे, केंव्हाही, "आव जावं घर तुम्हारा है", असे तुमचे नशीब होते. आता फ्लॅट सिस्टीम आहे. खिडक्यांना जाळ्या आल्या. फ्लॅट चे दार कायम बंद असते. घरातली लहान मुले आत - बाहेर करतांना घराची आणि बाल्कनीची दारे उघडी टाकतात, तेवढेच आमचे नशीब.

आजोबा : तुमचे म्हणणे बरोबर आहे. यावर आपल्याकडे पर्याय नाही. पण प्रश्न आला, की, त्याकरता १० उत्तरे तयार असतात. आपण आपली स्ट्रॅटेजी बदलायची. लोकांना घरांत गाठायचा ऐवजी, गर्दीच्या ठिकाणी गाठायचे. आजकाल मॉल चे फॅड आहे, तिथे भरपूर गर्दी असते, रस्त्यांवरच्या गाड्यांवर खाणारे वाढले आहेत, हॉटेल मध्ये जेवणे - खाणे ही फॅशन झाली आहे. तिथे लोकांना गाठायचे, कारण तिथे कासव नसते आणि गुड नाईट पण नसते.

तरुण : बहोत सही ! तुमचे केस उगीचच पांढरे झाले नाहीत, हे समजते.

आजोबा : धन्यवाद मुलांनो. "चेंज - टू फाईट द चेंज' , असे धोरण नेहेमी उपयोगी येते.

तरुण : सध्याच्या स्वछता अभियानामुळे, आपल्या वंश वाढीला मोठा धोका निर्माण झाला आहे. त्याकरता काय करावे ?

आजोबा : तुमची काळजी रास्त आहे, पण त्याची चिंता करू नका. तुम्ही अजून इथल्या लोकांना नीट ओळखत नाही. छोट्या मोठ्या अभियानामुळे, वगैरे सुधारणारे हे लोक नाहीत. "वॉट मे कम, हम नही सुधरेंगे" असे हे लोक आहेत. आणि हेच आपल्या पथ्यावर पडणार आहे.

आजोबा : समाज सुधारक, पेपरवाले, सरकारी कचेऱ्या सांगत असतात - रस्त्यावर कचरा फेकू नका, रस्त्यावर थुंकू नका, पाण्याच्या टाक्यांना नीट

झाकण लावा, टाक्या ओव्हर फ्लो होऊ देऊ नका, घराशेजारी / बागेत पाणी साचू देऊ नका, घराभोवती जुनी टायर / नारळाच्या करवंट्या ठेऊ नका, टेरेसवर / बाल्कनीत पाणी साचू देऊ नका, पण हे ऐकतात आणि त्याप्रमाणे वागतात किती लोक ? तर हजारामध्ये २० - २५ लोक ! कदाचित, आपला वंश पुढे सुरु राहावा, म्हणून माणसाचा मेंदू अधून - मधून बधिर करण्याची देवाचीच ही योजना असावी. आफ्टर ऑल, गॉड इज ग्रेट ! !

तरुण : ही माहिती खरंच आपल्या भल्याची आहे. आम्ही असं ऐकतो, की पूर्वी लोक आपल्याला फार घाबरत नव्हते, आपला फार बाऊ करत नव्हते. आता घरात एक डास दिसला, तर जणू साप किंवा उंदीर घरात शिरला आहे, इतके लोक आणि विशेषतः बायका पॅनिक होतात. ती नवीन निघालेली रॅकेट तर आपल्याकरता कर्दनकाळचं आहे.

आजोबा : अरे, लोकांचे घाबरणे साहजिकच आहे. पूर्वी आपल्या चावण्यामुळे लोकांना छोटा - मोठा ताप यायचा, अंग दुखायचे, आणि घरगुती औषधांनी लगेच आराम पडायचा. आता हे डेंग्यू आणि चिकन गुनिया नावाचे परदेशी डास इथे आले आणि आपले नावंच खराब झाले आहे. त्यांचे चावणे लोकांच्या जीवावरच उठते. म्हणजे लोक घाबरणारंच ना .

तरुण : या आतंकवादींमुळे, मधल्या मधे आपली उपासमार होते, त्याचे काय ?

आजोबा : आता माणसाच्या जीवावरच बेतले आहे, म्हणजे या परदेशी जातींना कायमस्वरूपी पळवण्याकरता, माणूस नक्कीच आणि लवकरच उपाय शोधणार हे नक्की. देवावर विश्वास आहे ना ?

सगळे तरुण : हो, हो, आहे - आहे - आहे

आजोबा : चला आज छान आणि बऱ्याच गप्पा झाल्या. आता कामाला लागा.

एकमेकांना बाय बाय, बाय बाय, बाय बाय करत सगळे पांगले.

डासांची भाषा अवगत केल्यामुळे आपल्याला डासांच्या काही व्यथा समजल्या. यावर आपण थोडे मनन केले, तर खालील गोष्टी आपल्या सहज लक्षात येतील --

डासांच्या वाढीकरता आपलाच निष्काळजीपणा कारणीभूत ठरतो.

देवानेच डासांची निर्मिती केली आहे, त्यामुळे जगण्याकरिता त्यांची आपल्यासारखीच धडपड असणार, हे उघड आहे. त्यांची निर्मिती का केली असावी, ही ईश्वराची लीला समजणे अशक्य आहे. काहीही अशक्य नाही, हे जरी खरे असले, तरी ईश्वराची लीला समजणे, हे कायम अशक्यच राहणार आहे.

डासांना आपल्या वस्तीमध्ये आधी आपणच उत्पन्न करायचे, आणि डासांमुळे होणारे आजार टाळण्याकरता, त्यांना नंतर मारत सुटायचे, हा उपाय नक्कीच चुकीचा वाटतो. आपल्या राहत्या वस्तीमध्ये त्यांच्या उत्पत्तीस लागणारे पोषक वातावरण कसे टाळता येईल, हा विचार प्रत्येकाने करणे गरजेचे आहे. एक जरी चुकला, तरी डास वाढणार, हे उघड आहे.

डासांना मारण्याकरता आपण कासव / गुडनाईट वापरतो. पण यांचा काही प्रमाणात वाईट परिणाम आपल्यावर पण होत असणारच, हे आपण लक्षात घ्यायला पाहिजे .

वैयक्तिक पातळीवर आपली रोगप्रतिकार शक्ती वाढवण्याकरता, नियमित व्यायाम, सकस आणि स्वच्छ जेवण, सकारात्मक आणि आनंदी वृत्ती, यावर आपण भर देणे, हीच आजची गरज आहे, हे नक्की.

देवानी निर्माण केलेल्या सृष्टीचा, मनापासून पुरेपूर आनंद, जर आपल्याला घ्यायचा असेल, तर, पर्यावरणाचा समतोल राखणे आवश्यक आहे आणि त्याकरता, सृष्टीमधले सगळे घटक, म्हणजे पशु / पक्षी / प्राणी / कीटक / वृक्ष / वेली आनंदात असायला पाहिजेत आणि जिवंत असायला पाहिजेत.

आपण आपल्या फायद्याकरता डोंगर - टेकड्या भुईसपाट करतोय, जंगले उध्वस्त करतोय, जास्त दूध मिळण्याकरता जनावरांना इंजेक्शने देतोय, कोंबडे / बकऱ्या यांना इंजेक्शने देतोय, झाडांना / बी - बियांना

इंजेक्शने देतोय. आपल्या अशा या कृत्यांमुळे पशु -पक्षी - कीटक - वृक्ष यांच्या काय व्यथा असतील, यावर आपण गांभीर्यपूर्ण विचार कधीच करत नाही.

उद्या आपल्यापैकी कुणी तरी, यांच्या भाषा नक्कीच अवगत करेल आणि त्यामुळे यांच्या व्यथा पण आपल्याला समजतील. अशा अबोल घटकांच्या व्यथा ऐकून, त्या आपल्या हृदयात नक्कीच खोलवर जातील आणि आपल्या चुकीच्या कृती आपल्याकडून थांबतील, हे नक्की !

म्हणूनच म्हटले आहे - - Nature is speaking ! Are you listening ?

मला आवडलेला छान विचार –

बुद्धिमान चुप रहते है ।

समझदार बोलते है ॥

मूर्ख बहस करते है ॥।

बायको / नवरा काय म्हणेल ते चुपचाप ऐकून घेत चला.

बॉस काय म्हणेल ते चुपचाप ऐकून घेत चला.

सासू-सासरे-सून-जावई काय म्हणतात, ते ऐकून घेत चला.

वयस्कर असाल, तर मुलं काय म्हणतील, ते पण चुपचाप ऐकून घेत चला.

काही बोलू नका आणि वाद विवाद तर नकोच नको. या नियमावलीमुळेच बुद्धिमान व्यक्ती नेहेमीच आनंदी आणि हसमुख असतात.

आपण जे ऐकतो; तसंच करा, असं सुविचार सांगतच नाही.

वो भी क्या दिन थे

रम्य आठवणी या प्रत्येकाच्या जीवनात असतातच असतात. काळ जसजसा पुढे जातो, तसतशा त्या भूतकाळात दडत जातात आणि शेवटी आपल्याबरोबरच संपतात. भूतकाळातल्या रम्य आठवणींमध्ये स्वतःला हरवणं, यासारखा आनंदित होण्याचा सोपा आणि सतत आपल्या बरोबर उपलब्ध असणारा दुसरा कुठलाच मार्ग नाही हे नक्की. पण त्याकरता आपल्याला भूतकाळात जावं लागतं, त्या आठवणींमधे रमावं लागतं, त्यांना फुलवावं लागतं. हा लेख वाचतांना, तो तुम्हाला तुमच्या भूतकाळामधल्या आठवणींमधे घेऊन जाईल हे नक्की. त्याच आठवणींमधे अजून रमावं, त्या साध्या जीवनाचा पुन्हा एकदा स्वाद मिळावा, त्या आठवणी लिहून काढाव्या, असं पण तुम्हाला वाटेल, हे पण नक्की. लेखामधल्या आठवणी

जरी माझ्या असल्या, तरी तुम्हाला तुमच्या भूतकाळात नेणे, हाच लेखाचा हेतू आहे.

....

१ मार्च १९७२ ला, मी माझी पहिली नोकरी सोडली. ही नोकरी होती मिग विमानाच्या कारखान्यात, म्हणजे हिंदुस्थान एरोनॉटिक्स, नाशिक या कंपनीमधे. इथे साधारण एक वर्ष माझी नोकरी झाली.

मी भोपाळहून इंजिनियरिंग पास आऊट झालो, तेव्हा नोकरी मिळणे, ही परिस्थिती, फार बरी नव्हती. कॉलेज संपल्यानंतर मी चिखलीला म्हणजे अगदीच छोट्या गावात होतो. तिथे येणाऱ्या पेपरमधे जाहिराती बघणे आणि पोस्टाने अर्ज पाठवणे हाच उद्योग असायचा. तेव्हा ऑनलाईन हा शब्द प्रयोग अस्तित्वातच नव्हता. तेव्हा झेरॉक्स हा प्रकार पण नसल्यामुळे, ११ वी ची मार्कलिस्ट, बोर्डाचे सर्टिफिकेट, जन्म दाखला, बी. ई. ची मार्कलिस्ट, सर्टिफिकेट, वगैरे, यांच्या कॉपीज टाईप कराव्या लागायच्या. एका वेळेस २ कार्बन ठेऊन फक्त तीन कॉपी टाईप व्हायच्या. या तीन कॉपी संपल्या, की पुन्हा नवीन सेट टाईप करा, त्याच्यावर ट्रू कॉपी म्हणून गॅझेटेड ऑफिसर च्या सह्या घ्या आणि मग अर्ज करा, हा प्रकार फारच कॉम्प्लिकेटेड व्हायला लागला, म्हणून मी सगळ्या डॉक्युमेंटस् च्या ५०-५० सायकलोस्टाइल कॉपी काढल्या. त्यामुळे अर्ज करणे हे काम सोपे झाले. माझे मार्क्स / क्लास वगैरे छानच होते, तरीपण काहीच ठिकाणांहून इंटरव्ह्यू करता कॉल यायचा आणि पुढे काही नाही. एका ऑफिस करता यवतमाळचा इंटरव्यू करता कॉल आला होता. माझे नाव-गाव आणि इतर थोडे विचारले, आणि इंटरव्ह्यू संपला आणि पुढे काही नाही. नंतर समजलं, की माझ्या एका मित्राचं, तिथे इंटरव्ह्यू वगैरे होण्याच्या आधीच सिलेक्शन पण झालेलं होतं. असेही अनुभव यायचे.

येणारा योग आला आणि मला नाशिकचा कॉल आला. इंटरव्ह्यू झाला आणि ऑर्डर आली. सिनियर प्लॅनर अशी पोस्ट होती. बेसिक २२५ रु. आणि सगळे मिळून २७० च्या आसपास, अशी मस्त नोकरी मिळाली. नाशिकला ओळखीचे किंवा कोणी नातेवाईक, असे कुणीच तिथे नव्हते.

त्यामुळे लॉज वर राहणे आणि नंतर कुणा बरोबर खोली घेऊन राहणे, असे ठरले.

याआधी माझा नाशिकशी संबंध, म्हणजे माझी मुंज नाशिकला झाली होती. तेव्हा मी ७ वी / ८ वी त असेंन. मुंजीला माझी आजी, म्हणजे आईची आई आणि माझा धाकटा मावस भाऊ, एवढेच आम्ही होतो. आजी म्हणजे एकदम धार्मिक प्रवृत्तीची. उन्हाळ्याच्या सुटीत ती आम्हाला घेऊन नाशिकला गेली होती. एका देवळाच्या धर्मशाळेत आम्ही राहिलो. तिथे मुंजीचे कार्यक्रम असायचे. आजीनी निर्णय घेऊन माझी मुंज तिथेच केली. तेव्हा मोबाईल हे नाव पण अस्तित्वात नव्हते आणि फोन होते पण अगदीच बोटावर मोजण्याइतके. त्यामुळे घरी कळवणे वगैरे हा प्रकार नव्हता. मुंजीमध्ये अष्टवर्ग, सगळे विधी, वगैरे यथासांग झाले. घरच्या सगळ्यांना घरी आल्यावरच समजले, की माझी मुंज झाली. एक वेगळाच अनुभव. आता आठवण झाली, की, हसायला येतं. आणि प्रचिती येते, की, 'करने वाला वही है और कराने वाला भी वही है ', हेच सत्य आहे. आपल्या हातात काहीच नसते. असं म्हणतात, की, आयुष्यामध्ये आपण बासरी सारखे असतो. सूर काढणारा "तो" असतो, पण बासरीला उगीचच वाटते, की आपणच संगीत तयार करतोय.

तेव्हा धर्म शाळेत प्यायचे पाणी कसं आहे, स्वच्छता कशी आहे, डास मारायला कासवछाप आहे का ? असे काहीच कन्सेप्ट नव्हते. भरपूर डास चावायचे, पण काहीच व्हायचे नाही. डास चावल्यामुळे काही होते, हे पण माहीत नव्हते आणि तसा विचारही मनात नसायचा. जाणकार असं सांगतात, की, कुठलीही घटना घडण्यापूर्वी, आधी आपल्या मनात तो विचार येतो आणि मगच ती घटना घडते. आपण मनात वाईट विचार आणले, तर आपल्या आयुष्यात वाईट घटना घडतात. आणि मनात चांगले विचार आणले, तर आयुष्यात चांगल्या घटना घडतात, हे पक्के.

ठरल्याप्रमाणे मी नाशिकला जॉईन झालो. बरोबर ३०-४० रुपये नेले होते. तेवढे पण खूप पैसे आहेत, असं वाटायचं. कंपनीच्या कँटीनमध्ये वर्ध्याला राहणारा ए आर सिद्धान्ती याची ओळख झाली. तो पण नुकताच तिथे लागला होता. मग दोघांनी मिळून भाड्यानी खोली घेतली. कोहोक

यांचे घर, सेंट्रल बस स्टॅन्ड च्या जवळ असा आमचा पत्ता होता. मालक वरच्या मजल्यावर राहायचे. आमची १० बाय १० ची, किंवा थोडी लहान, अशी एकच खोली होती. समोरच्या बाजूला १० बाय ३ ची ओपन ओसरी आणि लगेच समोर वाहता रस्ता होता. मागे अशीच एक लहान खोली होती, तिथे येवलेकर हे दोघे भाऊ राहायचे. आणि त्याच्या मागे संडास आणि आंघोळीची ओपन जागा होती. तेव्हा आम्ही अगदी मजेत, हसत खेळत त्या जागेत राहायचो. जागा खूपच छोटी आहे, काहीच सोयी नाहीत, स्वच्छता अगदीच बेताची आहे, वगैरे, असे कधीच वाटले नाही. खोलीमध्ये पंखा हा पण प्रकार नव्हता. पण कशाचीच कधी कमी जाणवली नाही.

माझी कायम सकाळी ७ ते दुपारी ३.३० अशी ड्युटी असायची. फॅक्टरी ओझर ला होती. मिग विमानामधली सगळी इंस्ट्रुमेंट्स ओव्हरहॉलिंग/ रिपेरिंग करता यायची, त्या सेक्शन मध्ये मी होतो. जायला यायला कंपनीची बस असायची. १५ -२० किमी अंतर असेल. सकाळचा नाश्ता, जेवण कंपनीत असायचे. सिद्धान्ती माझ्या एक पोस्ट वर होता आणि त्याची ड्युटी ८.३० ते ५ असायची. ड्युटी आवर्स नंतर थांबावे लागणे, असा काही प्रकार नव्हता. मी ३.३० ला बाहेर पडायचो आणि ३.४५ ला परतीच्या बसेस सुटायच्या.

माझी नोकरी छान सुरु होतीच, पण मला यापेक्षा वरच्या ग्रेडची नोकरी मिळू शकते, हे मनात होतेच. म्हणून माझे जाहिराती बघणे आणि अर्ज करणे सुरूच होते. मुंबईला काही इंटरव्ह्यू दिले, पुण्याला जाऊन काही दिले. अशावेळेस ड्युटी करून नाशिकहून रात्री निघायचं, दुसऱ्या दिवशी इंटरव्ह्यू द्यायचा आणि तिथून रात्री निघून पहाटे नाशिकला पोहोचायचे आणि लगेच बस पकडून कंपनीत जायचे. अशा काही ट्रीप झाल्या. अशा वेळेस ऑफिस सुटल्यावर परततांना बस मध्ये हमखास नेहेमीपेक्षा गाढ डुलकी लागायची. बसमध्ये डावीकडे २ सीट चे बाक होते आणि उजवीकडे ३ सीट चे बाक होते. बसण्याच्या जागा साधारण ठरलेल्या असायच्या. मी ३ सीटच्या बाकावर पॅसेज साईडला बसायचो. आणि माझ्या बाजूच्या दोन सीटच्या बाकावर दोन मुली बसायच्या. एकदा

असाच मी पहाटे पुण्याहून परत आलो आणि कंपनीत गेलो. दुपारी परत जातांना मला बसमधे जबरदस्त डुलकी लागली आणि काही समजायच्या आत माझा डावीकडे तोल गेला आणि माझं डोकं बाजूच्या मुलीच्या मांडीवर, अशी स्थिती झाली. खडबडून जागा झालो आणि सरळ झालो. एका सेकंदाचा काही भाग किंवा आपण मराठीत घटी - पळे म्हणतो, त्यातली काही पळे म्हणजे किती वेळ, याचा मी तेव्हा अनुभव घेतला. नशिबाने बाजूचे सगळेच गाढ पेंगेत होते, त्यामुळे आमच्या दोघांशिवाय हा क्षण कुणीच बघितला नाही, आणि आमच्या दोघांशिवाय कुणी अनुभवला पण नाही. मी मुलीला नजरेनीच हळूच सॉरी म्हणालो. तिनी पण हा माझा झोक, गालात स्मित हास्य देत स्पोर्टींगली घेतला. तेव्हाच मला समजलं, की, तिच्या गालाला हलकीशी खळी पण पडतेय. तिचं डिपार्टमेंट वेगळे असल्यामुळे, रोज फक्त बसमध्येच शेजारी शेजारी जागा असल्यामुळे, नजरानजर व्हायची, आणि त्या आठवणीनी दोघांच्या चेहेऱ्यावर हलके हास्य यायचे. त्यानंतर जेव्हा जेव्हा मी रात्री प्रवास करून यायचो, तेव्हा तेव्हा, दुपारी बस मध्ये दोन्ही हातानी समोरच्या सीटचा वरचा बार घट्ट धरून बसायचो. जेणेकरून पुन्हा तोल जाणार नाही. या घटनेनंतर काही दिवसातच माझे नाशिकचे वास्तव्य संपले. नसते संपले, तर काळजी घेऊनही, पुन्हा केंव्हातरी झोक गेले असतेच आणि कदाचित माझ्या आयुष्याचं त्यामुळे गणितही बदललं असतं. असो.

आमच्या कॉलेजचाच एक मित्र सोनी, एका सरकारी नोकरीत नाशिकलाच होता आणि त्याचे ऑफिस आम्ही राहायचो तिथे जवळच होते. बसमधून उतरलो, की, साडेचार च्या सुमारास मी त्याच्या ऑफिस मध्ये जायचो. आणि ५ च्या सुमारास त्याचे ऑफिस संपवून आम्ही चहा घ्यायला बाहेर पडायचो. भोसले टी हाऊस अशी नाशिकमध्ये तेव्हा बरीच चहाची दुकाने होती. गरमागरम आणि आलं घालून मस्त चहा असायचा, किंमत १२ पैसे. कुठल्याही भोसले टी हाऊस मधे तीच चव आणि तीच किंमत असायची. म्हणजे चेन हा कन्सेप्ट परदेशातून इथे आला नसून, तो मुळचा आपलाच आहे, पण आपल्याला तो एनकॅश करता आला नाही, असेच म्हणावे लागेल.

रात्री मी, सिध्दांती आणि बऱ्याच वेळा सोनी असे सगळे बाजारपेठेत एका खानावळीत जेवायला जायचो. माझ्या आठवणीप्रमाणे १ रुपयाला, किंवा थोडे कमी, लिमिटेड थाळी असायची. खानावळीच्या हॉल मधे सी च्या आकारात मांडलेल्या खुर्च्या आणि समोर उंच स्टूल, अशी जेवायची व्यवस्था होती. स्टुलावर ताट / वाटी/ भांड ठेवलेले असायचे. वाढायला एक माणूस असायचा. त्याच्या खांद्यावर ताटे पुसायचे फडके असायचे. कळकट म्हणणं बरोबर वाटतं नाही, पण फार स्वच्छ पण नसायचं. नवीन माणूस येऊन खुर्चीवर बसला, की, हा माणूस जिथे असेल, तिथून खांद्यावरचे फडके बॉलिंग करतो तसे आपल्या कडे फेकायचा आणि ते बरोब्बर आपल्या ताटात पडायचे. आपणच आपले ताट, वाटी,भांडे पुसून घ्यायचे. जेवण साधे आणि छानच असायचे. स्वच्छ - अस्वच्छ या कल्पनाच तेव्हा डोक्यात नसायच्या. इन्फेक्शन हा शब्द पण तेव्हा कुणाच्या डिक्शनरी मध्ये नव्हता. त्यामुळे सगळाच आनंदी आनंद असायचा. मज्जा यायची.

केंव्हातरी जरा स्पेशल जेवावं, असं वाटलं, की, एका थोड्या मोठ्या हॉटेल मध्ये आम्ही जायचो. ते पहिल्या मजल्यावर होतं. जेवणात दह्याची मोठी वाटी असायची आणि दोन तीन पदार्थ जास्त असायचे. जरा चैन, एवढाच फरक. रेट दीड रु. होता. जेवण झालं, की, आम्ही बाजारपेठेत चक्कर मारायचो. रात्रीची शतपावली पण व्हायची. साधारण ९ च्या सुमारास आम्ही एका दुधाच्या दुकानाच्या बाहेर रस्त्यावर मांडलेल्या खुर्च्यांवर जाऊन बसायचो. अशी ४-५ दुकाने त्या रोडवर शेजारी शेजारीच होती. रस्त्याच्या बाजूलाच कोळश्याच्या शेगडीवर भली मोठी दुधाने भरलेली कढई ठेवलेली असायची आणि त्यात दूध हलके उकळत असायचे, वर जाड साईचा थर असायचा. बाजूलाच छोट्या कढईत गरम जिलबी सुरु असायची. जिलबी ३ रु. किलो होती हे पक्के आठवते. दुधाचा भाव आठवत नाही. एका वाडग्यात ५० ग्राम जिलबी आणि त्यात एक ग्लास गरम दूध आणि त्यावर थोडी साय अशी स्वीट डिश सगळे घ्यायचो. दुनियाभरच्या गप्पा, हसणे आणि दूध जिलबी आटोपून मग घरी परतायचो.

सिद्धांतीला मराठी गाणी ऐकायची आवड होती. त्यांनी तिथे एच एम व्ही चा ग्रामोफोन विकत घेतला होता. बऱ्याच वेळा रात्री जेवून आलो, की, आम्ही आमच्या रूमच्या बाहेर ओसरीवर आडवे होऊन ग्रामोफोन ऐकत बसायचो. ओसरीवरून ६ इंच खाली उतरलो, की लगेच रस्ता होता. रस्त्यावर रहदारी अगदीच किरकोळ असायची. मजा यायची.

नंतर सिध्दांतीचं लग्न झालं आणि त्याला कंपनीसमोरच क्वार्टर मिळालं आणि तो तिकडे शिफ्ट झाला. अधून मधून सुटीच्या दिवशी मी त्याच्याकडे गप्पा मारायला, जेवायला जायचो. तिथे त्याचा मित्र ए आर कुलकर्णी याची ओळख झाली. तो एम एस इ बी मध्ये नोकरीला होता. टेक्निकल डायरेक्टर म्हणून तिथून तो रिटायर झाल्याचे मध्यंतरी समजले. आणि एकाकडून त्याचा फोन नंबर पण मिळाला, त्यामुळे नुकतेच त्याच्याशी फोनवर बोलणे पण झाले.

पुण्याच्या मामांमुळे माझी त्यांच्या ऑफिस मधले नगरला राहणारे श्री कुलकर्णी यांच्याशी ओळख झाली होती. आणि त्यांच्या ओळखीची ठाकूर फॅमिली नाशिकला होती. त्यांनी माझी ओळख त्यांच्याकडे करून दिली होती आणि अडीअडचणीला त्यांना भेट असे सांगितले होते. त्यामुळे मधून मधून मी त्यांच्याकडे भेटायला, जेवायला जायचो. त्यांचे रविवार पेठेत दागिन्यांचे दुकान होते. त्यांच्या घरी जायला पण छान वाटायचे. तेव्हा फोन फारच थोडे असल्यामुळे, फोन नंबर घेणे हा प्रकार नव्हता. त्यामुळे बऱ्याच ओळखीच्यांना नंतर कॉन्टॅक्ट करता आले नाही.

सिध्दांती शिफ्ट झाल्यानंतर मी ती खोली सोडली. वाशिमला आमच्या घरासमोर राहणारे श्री परुळेकर काका नाशिकला बदलून आले होते. ते सरकारी नोकरीत मोठ्या पदावर होते आणि खोली घेऊन तिथे एकटेच राहायचे. फॅमिली वाशिमलाच होती. मी मग त्यांच्या खोलीत शिफ्ट झालो. ते कायम फिरतीवरच असायचे. तिथे पिण्याच्या पाण्याचा नळ केंव्हातरी यायचा. आणि प्यायचे पाणी नसायचे. अशा वेळेस श्री ठाकूर यांचा मुलगा त्यांच्या कारमधून भरलेल्या पाण्याचा एक हंडा मला या खोलीवर आणून द्यायचा. मजा असायची.

माझ्या इंटरव्ह्यूज ला पण काही दिवसानंतर हिरवा झेंडा मिळाला आणि एकदम ३ अँपॉइन्टमेन्ट च्या ऑर्डर हातात आल्या. मुंबईला एल अँड टी मध्ये, मुंबईलाच सिमेन्स कंपनीत आणि पुण्याला टाटा इंजिनियरींग मध्ये. नोटीस देऊन मी राजीनामा दिला. घरच्यांचं मत पडलं, की, पुढच्या दृष्टींनी पुणं छान राहील. म्हणून मी नाशिकला बाय बाय करून पुण्याला जायचे ठरवले.

शेवटच्या दिवशी मला डिपार्टमेंट मध्ये सेंड ऑफ झाला. टेबलवर ठेवायचं मोठं गजराचं हिरव्या रंगाचं घड्याळ भेट म्हणून दिलं. सगळाच स्टाफ हजर होता. बहुतेकांचे चेहेरे आणि काही जणांची नावे अजूनही आठवतात. तेव्हा मिळालेला ग्रुप फोटो माझ्याकडे आहे.

मध्यंतरी फेसबुक वरून मला सिद्धांतीच्या मुलीचा फोन नंबर मिळवता आला. तिच्याशी फोनवर बोलणे झाले आणि समजले, की, सिध्दांती आता कुणालाही ओळखत नाही, त्याला बोलता येत नाही आणि तब्येत पण खूप खालावल्याने समजले. त्याची बायको गेल्याचे पण समजले. नंतर त्याला भेटायला जाऊन आलो. पण त्याला काहीच आठवत नसल्यामुळे आणि बोलता पण येत नसल्यामुळे, आमच्या सगळ्या जुन्या गप्पा, जुन्या आठवणी, माझ्या मनातच राहिल्या. नंतर काही दिवसांनी तो पण गेल्याचे समजले. ते दोघेही आता नाहीत, परुळेकर काका पण आता नाहीत, ही नाशिकशी निगडीत खंत कायमच माझ्या मनाला दुखावते. जीवनाचं रहस्य एका गीतकारांनी छानच सांगितले आहे -

जीवन का मतलब तो, आना और जाना है । कुछ पाकर खोना है, कुछ खोकर पाना है ॥

कधी कधी मला असं वाटतं, की, देवानी आपल्याला काही वेळाकरता या नाशिकच्या भूतकाळात पुन्हा नेऊन बसवावं आणि पुन्हा तो काळ सुरु करावा / रिप्ले करावा आणि आपण तो २७० रुपयांचा पगार, ती साधी राहणी, साधी विचारसरणी, ते मित्र, ते ओळखीचे, तो १२ पैशांचा मस्त चहा, ती खानावळ आणि ताट पुसायला ताटात येऊन पडणारं ते फडकं, ते एक रुपयाचं शाही जेवण, ती गरमागरम दूध - जिलबी, ती १० बाय १० ची खोली, ते कंपनीमधले खेळीमेळीचे ताणतणाव

रहित वातावरण, तो कंपनीच्या बसचा प्रवास, बसमधे माझा झोक जाणे आणि तो क्षणभराचा माझा अनुभव आणि ते परतीचे गालाच्या खळीतून उमटणारे स्मित हास्य, या सगळ्यांचा पुन्हा आनंद घ्यावा.

पण आता हे होणे शक्य नाही, हे समजल्यामुळे, मी विचार केला, की, आपणच मनानी भूतकाळात जायला काय हरकत आहे आणि तो आनंद पुन्हा घ्यायला काय हरकत आहे !

ये तो अपने हाथ मे है. शुभ काम मे देरी नही, हा विचार करून, मी लगेच भूतकाळात पोहोचलो, वावरलो आणि भरपूर आनंद घेतला.

हे लिहितांना मी मनानी त्याच काळात वावरत होतो, हे नक्की.

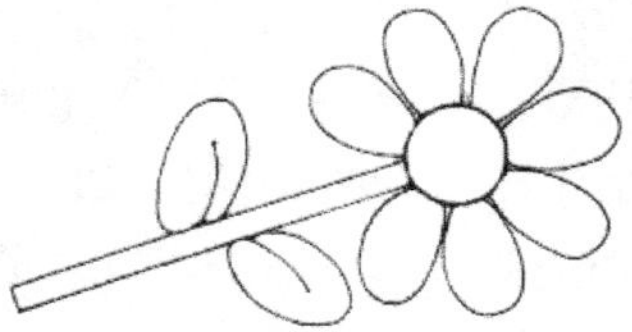

सुचलेला छान विचार -

'छान' या शब्दाशी मैत्री करायची का ?

मैत्री म्हणजे आपल्या सगळ्याच कृतींमध्ये छान हा शब्द आलाच पाहिजे.

जसे - - -

मी सगळ्यांशी छान वागणार, मी सगळ्यांशी छान बोलणार,
मी आचरण छान ठेवणार, मी शरीर छान ठेवणार,
मी तब्येतीकरता छान असणारेच पदार्थ खाणार,
मी छान व्यायाम करणार , मी छान फिरणार,
मी छान गाणी ऐकणार , मी छान पुस्तकं वाचणार.
(**म्हैस** हे पुस्तक वाचत आहातच)

चारोळी - एकदा खाऊन बघा. चटक लागेल !!!!

Thanks giving -

आपल्याला मदत करणाऱ्या चे अभिवादन करण्यात किंवा त्यांना धन्यवाद देण्यात आपण नेहमीच चिक्कूपणा करत असतो, त्यात स्वतःचा कमीपणा समजतो.

आपण ऑटो रिक्षा ने प्रवास करतो, उतरल्यावर मीटर बघून पैसे देतो, आणि व्यवहार पूर्ण करतो आणि चालायला लागतो. आपल्याला त्यांनी सुरक्षितपणे आपल्या इच्छित स्थळी पोहचवले, त्याबद्दल मनापासून त्यांना धन्यवाद द्यायला काय हरकत आहे? पुढच्या वेळेस असं करून बघा आणि ड्राइव्हरच्या चेहेऱ्यावरचा आनंद बघा.

आपण रस्त्याच्या बाजूला हातगाडीवर शहाळ्याचं पाणी पितो, पैसे देतो आणि पुढे निघतो. तोंडाला शहाळ्याचा एक वेगळाच गोडवा आलेला असतो आणि पोट पण शांत झालेले असते. शहाळं सोलायला चांगलंच कठीण असतं आणि हाताला चाकू लागण्याची भीती असतेच असते. शहाळी विकणारा प्रेमानी शहाळं सोलून त्यामध्ये स्ट्रॉ ठेवून आपल्या हातात देत असतो. शहाळं पिऊन झाल्यावर - दादा, धन्यवाद. शहाळं एकदम गोड होतं. असं त्यांचं अभिवादन करायला काय हरकत आहे.

मंडळी, धंदा म्हटलं कि गाडीवाल्यानी शहाळं सोलून देणं आणि आपण पैसे देणं, हे व्यवहार तर होतच असतात. अभिवादन केल्यामुळे, थँक्स म्हटल्यामुळे, समाधानाची देवाण-घेवाण पण होत असते. आणि यामुळे समोरच्याच्या चेहऱ्यावर स्मितहास्य हमखास उमटतं आणि तेच आपल्याला एक वेगळंच समाधान देऊन जातं.

आपली पॉझिटिव्हिटी वाढवण्याकरता मनाचे समाधान हे उत्तम खत आहे. Try this and Feel this.

वैलेंटाइन डे

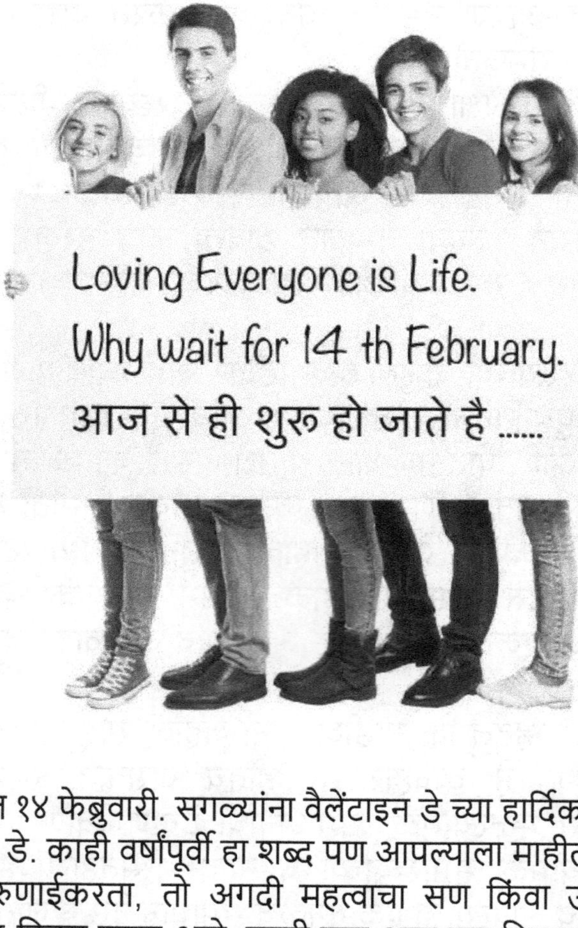

आज १४ फेब्रुवारी. सगळ्यांना वैलेंटाइन डे च्या हार्दिक शुभेच्छा. हॅपी वैलेंटाइन डे. काही वर्षांपूर्वी हा शब्द पण आपल्याला माहीत नव्हता आणि आता तरुणाईकरता, तो अगदी महत्वाचा सण किंवा उत्सुकतेने वाट बघण्याचा दिवस झाला आहे. काही जण असा पण विचार मांडतात, की, हा परदेशी सण आहे.

आता हा सण किंवा दिवस, आपण साजरा करावा, की, नाही, याकरता हे माहिती करणे जरुरी आहे, की, वैलेंटाइन चा काय अर्थ आहे, आणि वैलेंटाइन डे म्हणजे काय ?

आपल्या देशाला सणांचा देश असे म्हटल्या जाते. इथल्या इतके सण इतर कुठेही साजरे होत नाहीत. दिवाळी, राखी, होळी, पोळा, ईद, ख्रिसमस, असे अनेक सण, उत्सव आपण आनंदानी, उत्साहाने आणि एकोप्याने साजरे करतो. आमचा - तुमचा असा भेदभाव, आपण भारतीय कधीच करत नाही. प्रत्येक सणाच्या मागे काहीतरी इतिहास असतो. वर्षानुवर्षे हे सण चालत आलेले आहेत आणि आता ती एक परंपरा झालेली आहे. सगळे जण आपापल्या परिने आणि रूढी प्रमाणे ते साजरे करत असतात आणि त्याचा आनंद लुटत असतात.

सगळ्या सणांमागची कल्पना एकच असते, आणि ती म्हणजे, आपले प्रेम व्यक्त करणे. मग नवरा - बायको करता असो, प्रियकर - प्रेयसी करता असो, नातेसंबंधांकरता असो, मित्र परिवाराकरता असो, देवीदेवतांकरता असो, प्राणिमात्रांकरता असो, किंवा निसर्गा करता असो. मनापासून कुणावरही प्रेम व्यक्त केलं, तर आपलं मन प्रसन्न होतं, आनंदी होतं, आणि हलकं होत. आणि जीवन जगणं सुकर होतं.

खरंतर प्रेम व्यक्त करण्याकरता काळ / वेळ / प्रथा याचं बंधन असण्याचं काहीच कारण नाही. पण आजच्या धकाधकीच्या जीवनात, आजच्या पळापळीच्या जीवनात, आपण सर्व जण, मनाने आणि शरीराने सारखे पळत आहोत. त्यामुळे वेळ आपल्या हातातून कायम निसटून जात आहे. आता आपल्याकडे म्हणजे कुणाकडे वेळच नाही, त्यामुळे कुणावरही मनापासून प्रेम तरी कधी करणार. जीवनात प्रेम नाही, म्हणून आनंद नाही, आणि आनंद नाही म्हणून उत्साह नाही. या दुष्ट चक्रात आपण सगळेच अडकलो आहोत. भविष्यकाळात हे सगळे असे घडणार आहे, हे ओळखून, आपल्या पूर्वजांनी निरनिराळ्या सणांची मुहूर्तमेढ रचली असावी. हेतू हाच, की, निदान या दिवशी तरी लोक आनंदात राहतील. लूकिंग अहेड किंवा लूकिंग बियाँड यांचं यापेक्षा अधिक चांगलं उदाहरण काय असू शकेल ! कुठलाही सण म्हटलं, की, आपण

आधीपासून प्लॅनिंग करतो, वेळ काढतो आणि आपले प्रेम व्यक्त करत, सण आणि तो दिवस आनंदानी साजरा करतो.

दोन तीन दशकांपूर्वी आपल्याकडे जागतिकीकरणाचे (ग्लोबलायझेशन) चे वातावरण तयार झाले आणि देश विदेशातील संस्कृतीची पण इतर गोष्टींबरोबर देवाणघेवाण सुरु झाली. आधी मंद गतीने सुरु झाली आणि आतातर झपाट्याने सुरु आहे. वैलेंटाइन डे हा याचाच भाग आहे, असे म्हणता येईल.

वैलेंटाइन डे या उत्सवाचं मूळ ठिकाण, म्हणजे जन्म स्थान आहे, इटली मधले रोम. वैलेंटाइन हे माणसाचे नाव आहे, हे रोम मध्ये राहणारे एक पाद्री (प्रिस्ट) होते. त्यावेळेस तिथे क्लोडियस या सम्राटाचे राज्य होते. त्याला आपले साम्राज्य खूप वाढवायचे होते. त्याची अशी समज होती, की, सैन्यामधल्या लोकांनी जर लग्न केलं, तर ते मन लावून लढू शकत नाहीत. म्हणून सम्राटानी असा हुकूम काढला, की, सैनिकांना लग्न करण्याची परवानगी नाही. वैलेंटाइन आणि कुणालाच हे पसंत नव्हते. पण आलीया भोगासी. लोक लपून छपून वैलेंटाइनच्या मदतीने लग्न करायला लागले. राजापासून अशी गोष्ट किती दिवस लपून राहणार ! राजाला हे समजताच, वैलेंटाइनला फाशीची शिक्षा सुनावण्यात आली आणि वैलेंटाइनची रवानगी तुरुंगात झाली.

रोम च्या लोकांचा असा समज होता, की, वैलेंटाइनकडे दिव्य शक्ती आहे आणि त्यामुळे तो कुठलेही व्यंग / आजार दूर करू शकतो. तुरुंगाच्या जेलरची मुलगी जन्मापासून अंध होती. जेलरच्या विनंतीवरून वैलेंटाइन नी आपल्या दिव्य शक्तींनी त्या मुलीला दृष्टी मिळवून दिली. मुलगी रोज वैलेंटाइन ला भेटायला तुरुंगामध्ये यायला लागली, आणि दोघांमध्ये मैत्रीभाव निर्माण झाला आणि त्याचे पुढे प्रेमात रूपांतर झाले. फाशीचा दिवस उजाडला. वैलेंटाइन नी जेलर कडून कागद आणि पेन मागून घेतला, आणि त्याच्या मुलीला चिठ्ठी लिहिली आणि खाली लिहिले, "तुझा वैलेंटाइन". हा दिवस होता १४ फेब्रुवारी ४९६. तेव्हापासून वैलेंटाइन आणि त्या मुलीच्या प्रेमाची स्मृती म्हणून, जगभरातले प्रेमी - प्रेमिका हा दिवस वैलेंटाइन डे म्हणून साजरा करायला लागले. फुलं, भेटवस्तू, ग्रीटिंग

कार्ड आणि चॉकलेट एकमेकांना देण्याची प्रथा पण सुरु झाली. हळूहळू याची व्याप्ती वाढत गेली आणि नवरा - बायको, मित्र, नातेवाईक, पाळीव प्राणी हे प्रेम करणारे सगळेच या परिघात आले. ज्याच्या विषयी आपल्या मनात प्रेमभावना आहे, त्यांना जगभरातले लोक, या दिवशी शुभेच्छा देतात आणि हा सण साजरा करतात.

आता वैलेंटाइन डे हा एकच दिवस साजरा करत नाहीत, तर, वैलेंटाइन वीक साजरा करतात. या आठवड्याची सुरुवात ७ फेब्रुवारीला रोझ डे साजरा करून होते, आणि नंतर चॉकलेट डे, टेडी डे, प्रॉमिस डे, वगैरे, असे दिवस साजरे होतात आणि शेवटी १४ तारखेला वैलेंटाइन डे असतो.

आपण आपल्या आवडत्या व्यक्तीवर जर कायमच प्रेम करत असू, आणि ते कायम व्यक्त करत असू, तर आपल्याला अशा कुठल्याच "डे" ची गरज नाही किंवा "वीक' ची गरज नाही. आणि हे जमत नसेल, तर वैलेंटाइन डे, या दिवसाचं औचित्य साधून, आपलं प्रेम व्यक्त करायला, शुभ मुहूर्त आज पण आहे. पूर्वी सगळे नोकरदार एक तारखेला खुश असायचे, "खूष है जमाना, आज पहिली तारीख है", आता सगळे प्रेमी १४ फेब्रुवारीला खुश असतात, "खूष है जमाना, आज वैलेंटाइन डे है".

म्हणून म्हणावसं वाटतं –

किसीसे प्यार करते हो, तो आजही उसका इजहार (कबुली) कर दो।
आज वैलेंटाइन डे है, कल कही देर न हो जाये ॥

मी ज्या व्यक्तीवर प्रेम करतो, तिनी जर मला विचारलं, की, तुझी काय इच्छा आहे ? तर मी सांगीन —

आपलं प्रेम तो पर्यंत टिकावं,
जोपर्यंत संत्र्याच्या झाडाला सफरचंद लागलेली दिसत नाहीत.

माझा व्हॅलेंटाईन डे

प्रत्येक जण आपापल्या आवडींप्रमाणे हा दिवस साजरा करत असतात. माझा या वर्षी हा दिवस असा होता.

....

आज व्हॅलेंटाईन डे. हा दिवस साजरा करावा किंवा नाही यावर आपल्याकडे दोन मतं प्रवाह दिसतात. मित्र-मैत्रिणींना शुभेच्छा देणे, त्यांच्याशी संवाद साधणे, हा यामधला भाग खरंच छान वाटतो. मुद्दाम वेळ काढून किंवा या-ना त्या कारणानी, असे आपण करत नाही, म्हणून या दिवसाचे महत्व आणि वेगळेपण नक्कीच आहे.

आज सकाळी उठल्या उठल्या सगळ्यात जवळची मैत्रिण, म्हणजे बायकोला 'हॅपी व्हॅलेंटाईन डे' केले. मी रोजच सकाळी कारण शोधून

बायकोला शुभेच्छा देत असतो. अगदीच काही कारण नसेल, तर, हॅपी सोमवार वगैरे, असे पण विश करतो. बायको खुश असेल तर दिवस छान जातो, हा माझा आजवरचा अनुभव !

सकाळचे खाणे आटोपले आणि बागेत झाडांना पाणी घालायला बायको बाहेर गेली. मी काहीतरी किरकोळ काम करत होतो. तेवढ्यात बायकोचा बाहेरुन आवाज़ आला,

'अहो, ग्लासभर गरम पाणी प्यायला देता का ?

चला, बायकोला खुश करायला अजुन एक चान्स मिळाला, असा विचार करून मी लगेच गॅसवर दोन ग्लास पाणी गरम करायला ठेवले. तेवढ्यात हॉलमधून मोबाईलची रिंग वाजली. धावत हॉल मधे गेलो. अननोन नंबर कडून फोन होता. आवाजावरून, कोण, हे लक्षात येत नव्हते. तिकडून बरेच क्लू मिळाल्यानंतर, माझी ट्युब पेटली आणि बोलणाऱ्या मैत्रीणीचा आवाज ओळखला. 'हॅपी व्हॅलेंटाईन डे' ची देवाण-घेवाण झाली. भरपूर जुन्या-नव्या गप्पा झाल्या. आता पुढचा फोन मी करायचा असे ठरले. बाय, हॅपी व्हॅलेंटाईन डे करून फोन संपला. किती वेळ गेला हे समजलेच नाही. फोन टेबलवर ठेवला आणि गॅसवर पाणी आहे, ही डोक्यात टयुब पेटली. धावत आत गेलो. गॅसवरचे दोन ग्लास पाणी आटून पाव कप पाणी झाले होते. तेवढ्यात बायकोचा बाहेरून आवाज आला,

'अहो, आज गरम पाणी मिळणार आहे कां?

मी : सॉरी, पाणी गॅसवर लगेच ठेवलं होतं, पण माझ्या गोंधळात, गॅस ऑन करायलाच विसरलो होतो. आता लगेच देतो. असे म्हणून, मायक्रोवेव्ह मधे 30 सेकंदात पाणी गरम केले आणि खिडकीतून बाहेर बायकोला 'हॅपी व्हॅलेंटाईन डे' म्हणत पाणी दिले. बायको पुन्हा खुश.

११ च्या सुमाराला माझी फर्माईश म्हणून बायकोकडून मला गरमा-गरम चहा मिळाला. बायकोला म्हटलं, चला, आज वॉशिंग मशीन मी लावतो. मशीन वरच्या मजल्यावर आहे. तेवढयात मित्राचा फोन आला. फोनवर बोलत-बोलत वर गच्चीत गेलो. 'हॅपी व्हॅलेंटाईन डे' ची देवाण -घेवाण झाली. ३-४ मिनिटात फोन संपला. मशीनकडे गेलो. आउटलेट पाईप बाथरूम मधे सोडला. साबण पावडर टाकली. ॲक्टीव्ह सोक - वॉश -

रिन्स - स्पिन अशी सायकल सिलेक्ट केली. तेवढ्यात मोबाईलची रिंग वाजली. रिंग वाजली की आपण हातातले काम सोडून का पळतो, हे अजुनही मला समजत नाही. मशीनचे झाकण घाई-घाईत लावले आणि फोन घ्यायला गच्चीत गेलो. व्हेरी व्हेरी 'हॅपी व्हॅलेंटाईन डे' अशी तिकडून सुरूवात झाली. अननोन नंबर - लेडीज आवाज - कोण आहे, हे ओळखण्याकरता तिकडून अनेक क्लू -जसे नावातली / आडनावातली अक्षरे वगैरे, असे सुरू झाले. माझी टयुब पेटत नव्हती. मी म्हटलं, तुम्ही जुनं म्हणजे तुमच्या लग्नाच्या आधीचं नाव आणि आडनाव यातली काही अक्षरं सांगा, लगेच ओळखतो. तिकडून २ - ३ अक्षरं आली आणि मी एकदम ओरडलो, अरे, 'X X X' , तू---- !

काय पत्ता आहे ? कुठे होतीस ? ? ? ? अशा अनेक प्रश्नांची मी सरबत्तीच सुरू केली. अहो -जाहो वरून अरे - तुरे वर केव्हा आलो आणि दोघेही भूतकाळात कधी गेलो हे समजलेच नाही. आता कुठे भेटायचे / कसे भेटायचे हे ठरले, आता पुढचा फोन मी करायचा असे पण ठरले. बाय, हॅपी व्हॅलेंटाईन डे करून फोन संपला. गच्चीचं दार लावलं आणि आत आलो. तेवढयात बायकोचा खालून आवाज आला -

'अहो, मशीन झालेलं दिसतयं, 'बीप - बीप' आवाज येतोय'.

मशीनची सायकल नुकतीच संपली होती आणि 'बीप - बीप' आवाज येत होता. मेन स्वीच बंद केला, झाकण उघडलं आणि गोंधळ लक्षात आला. सगळे कपडे बाहेर बादलीतच होते. मशीन मोकळीच होती. म्हणजे मशीनमधे पाणी घेणे, साबणाचा फेस होणे, पाणी फेकणे, पुन्हा पाणी घेणे, असे सगळे सोपस्कार बिन कपडयांचेच झाले होते. तेवढयात बायकोचा खालून आवाज आला --

बायको : कपडयांची बादली जिन्यात आणून ठेवा, मी वाळत घालीन.

मी : अगं, जरा गोंधळ झाला. मशीन झाली आहे, पण मी मशीनमधे साबण टाकायला विसरलो होतो. आता साबण टाकून पुन्हा मशीन लावली आहे.

बायकोचा विश्वास बसला की नाही, हे कळायला मार्ग नव्हता.

खाली आलो आणि बागेत गेलो. एक खडा घेऊन कानाला खडा लावला, की, पुढच्या व्हॅलेंटाईन-डे ला, बायकोनी गरम पाणी प्यायला मागितले तर पाणी गॅस वर गरम न करता, मायक्रोवेव्ह मधे गरम करायचे आणि वॉशिंग मशीन लावायचे असेल तर, मशीनमधे आधी कपडे टाकायचे, मग पुढचे सोपस्कार करायचे..
सगळ्यांना 'हॅपी व्हॅलेंटाईन डे'.

छान विचार :

जाणकार सांगतात -

- बायकोला कधीही सल्ले देऊ नका. कारण त्यांना ते आवडत नाही. कां आवडत नाही, याला काहीही उत्तर नाही. असे बरेच "कां ?" आहेत, की, ज्यांना कुणाकडेही उत्तर नसते. सूर्य नेहमी पूर्वेलाच कां उगवतो ? काही उत्तर नाही.

- बायकोचे सल्ले नेहेमीच ऐकत जा कारण त्यांना खुश ठेवण्याचा हा सगळ्यात सोपा आणि बिन-खर्चिक मार्ग आहे. आपल्याला दोन कान आहेत हे मात्र नेहमी लक्षात ठेवा.

- १ महिना असे करून बघा आणि समर्थांचा श्लोक आठवा "जगी सर्व सुखी असा कोण आहे, विचारे मना तूच शोधून पाहे". आणि आता स्वतः कडे बघा. लक्षात येईल की "अरे,तो तर आपणच आहोत".

- चारोळी -

रम्य आठवणी

जुन्या रम्य आठवणींमधे रमायला खरंतर सगळ्यांनाच आवडते, पण त्याकरता काहीतरी निमित्त लागते. माझी ही रम्य आठवण वाचल्यानंतर तुम्ही नक्कीच तुमच्या एखाद्या रम्य आठवणीमध्ये पोहोचाल हे नक्की.

नेहमीप्रमाणे मी सकाळी चहा घेऊन एकटाच बाहेर फिरायला निघालो. फिरत फिरत मारुती मंदिराच्या जवळ आलो. फुटपाथवर अगदीच शुकशुकाट होता. तेवढ्यात समोरून एक युवती येताना दिसली.

तिनी माझ्याकडे बघितलं,
मी तिच्याकडे बघितलं.
माझ्या जवळ आल्यानंतर ती थांबली,
मी पण थांबलो.
माझ्याकडे बघून तिने सुंदर स्मितहास्य केलं,
मी पण तिच्याकडे बघून सुंदर स्मितहास्य केलं.
ती चालू लागली,
मी पण चालू लागलो.
थोडं पुढे गेल्यावर मी मागे वळून बघितलं,
नेमकं त्याच वेळेस तिनी पण मागे वळून बघितलं.
तिने हलकासा हाथ हलवून मला बाय केलं (पुन्हा भेटू असं तिला सांगायचं असावं)
मी पण हलकासा हात हलवून तिला बाय केलं (पुन्हा भेटू असं मला पण सांगायचं होतं)
ती चालू लागली, मी पण चालू लागलो.

राहू-केतू शिणापूर

फार फार वर्षांपूर्वीची गोष्ट आहे. सिंधू नावाचा देश होता. त्यामध्ये एक सुंदर आटपाट नगर होतं, राहू-केतू शिणापूर. आपल्या सारखीच लोकशाही होती, आपल्यासारखीच संस्कृती होती, आपल्यासारखेच देवी - देवतांचे उत्सव असायचे, टेक्नोलॉजी पण आजच्यासारखीच पुढे गेलेली होती. आपल्यासारखेच लोक होते, वगैरे. आपल्यासारखेच लोक होते म्हटले, म्हणजे इतर काही सांगायची गरजच नाही. तेव्हाची ही गोष्ट आहे.

या गावात राहू- केतू यांचे जागृत देवस्थान होते. परंपरागत तिथे अशी प्रथा होती, की, या देवळात स्त्रियांना प्रवेश नव्हता. कां नव्हता ? असा कधी कुणालाच प्रश्न पडला नव्हता. स्त्रियांना यामध्ये कधीच कमीपणा वाटतं नव्हता, किंवा, यामध्ये त्यांचा अपमान वाटत नव्हता. अशी परंपरा कां आहे ? याची कुणाला कधी खंत पण नव्हती, आणि असा विचार पण कधी कुणाच्या मनात आला नव्हता. स्त्रिया देवळाच्या बाहेर उभे राहून दर्शन घ्यायच्या, बाहेरच एका ठिकाणी फुले वाहायच्या, आणि खुश असायच्या. कदाचित असेही असेल, की, राहू- केतू स्त्रियांना आशीर्वाद देण्याकरता देवळाच्या बाहेर येत असावेत.

अशाच प्रकारच्या, इतर पण काही परंपरा सगळे जण आनंदाने पाळत होते. काही ठिकाणी स्त्रियांना स्थान नसायचे, जसे, लग्नात मुलाला / मुलीला आणायला मामा लागायचा - मामी चालत नव्हती, आई - वडील वारल्यानंतर मुलगा डोक्यावरचे केस काढायचा - मुलगी नाही, स्मशानातले विधी पुरुष करायचे - स्त्रिया नाही. यावर, सगळ्याच स्त्रिया साधा आणि सोपा विचार करायच्या, की, काही ठिकाणी मी चालत नाही, पण तिथे माझा नवरा चालतो, माझा भाऊ चालतो. त्यानी काय फरक पडतो ? कुठलेही कार्य पूर्णत्वाकडे नेणे, हे जास्त महत्वाचे आहे. एकूण सगळे मस्त चालले होते, सगळे खुश होते आणि म्हणून राहू- केतू पण गावावर खुश होते. कधी दुष्काळ नाही, कधी अतिवृष्टी नाही, कधी पाणी टंचाई नाही, कधी भाववाढ नाही, आणि सगळेच आबादी आबाद होते.

सगळंच छान चालले असेल, तर कुणाची तरी द्रुष्ट लागते असे म्हणतात. आणि झालं तसंच. मंदिरात एक वार्षिक उत्सव सुरु होता. आसपासच्या गावाहून बरीच भक्त मंडळी दर्शनाला आली होती. पूजा / दर्शन / प्रसाद वाटप यात सगळेच तल्लीन होते. मोठा उत्सव असल्यामुळे बातमीदार मंडळी तिथे हजर होतीच. सगळ्या चॅनलवर लाईव्ह बातम्या सुरु होत्या. आणि एक अपरीत घटना घडली. बाहेरगावाहून आलेली एक स्त्री, चुकून गर्दीबरोबर मंदिरात गेली. सगळ्यांच्याच कॅमेऱ्यामध्ये ती टिपल्या गेली.

उत्सव कसा सुरु आहे, कुठून कुठून लोक आले आहेत, पूजा कशी सुरु आहे, यावर्षी काय वेगळेपण आहे, या उत्सवाचं महत्व काय आहे, अशा महत्वाच्या बातम्यांना 'कट / कट' असे आदेश आले, आणि, "ज्या मंदिरात स्त्रियांना प्रवेश वर्ज्य आहे, त्या मंदिरात उत्सवाच्या दिवशी एक स्त्री" हाच सगळ्या बातम्यांचा "फोकस" विषय झाला. गावाचं नाव - मंदिराचा फोटो - 'स्त्रियांना आत प्रवेश नाही' या दारावरच्या पाटीचा फोटो - आणि 'आत दिसलेल्या स्त्री चा फोटो'. हे फोटो सगळ्या चॅनल वर फ्लॅश व्हायला लागले. आज देशातल्या सगळ्याच घटना थांबल्या आहेत, आणि हीच एकमेव घटना घडली आहे, असा माहोल सगळ्या चॅनल वर तयार झाला.

सगळ्या चॅनल वर, या विषयावरच्या ४-५ एक्सपर्ट मंडळींना बोलावून यावर चर्चा सुरु झाली. निरनिराळ्या चॅनेल वर वेगवेगळी एक्सपर्ट मंडळी दिसत होती. या मंडळींची कशामध्ये एक्सपर्टीज होती, म्हणून त्यांना या परिसंवादाकरता बोलावले होते, हे कळणे कठीण होते. सगळ्याचा मतप्रवाह आणि निष्कर्ष असाच होता, की, प्राचीन परंपरा मोडली, म्हणजे आता राहू केतू यांचा गावावर कोप होणार, त्यांची आता गावावर वक्रदृष्टी होणार. असे मतप्रवाह सारखे सारखे फ्लॅश व्हायला लागले. जवळपास समुद्र नसूनही - त्सुनामी येणार, जवळपास पर्वत नसूनही - उंचावरून पाण्याचा मोठा लोंढा गावावर येणार, आणि गाव धुवून निघणार, अशा बातम्या झळकायला लागल्या.

बातम्यांवरून तेव्हांचीच एक गोष्ट आठवली - -

एकदा एका मंदिरात भक्तांच्या गर्दीमध्ये एक कुत्रं वाट चुकून देवाच्या गाभाऱ्यात गेलं. आरतीची वेळ जवळ येत होती आणि तसतशी गर्दी वाढत होती. थोडी लोटालोटी पण सुरु झाली. आरतीची वेळ झाली आणि आरती सुरु झाली. सगळ्याच भक्तांचं लक्ष देवाच्या मूर्तीकडे होतं, पण मन देवाकडे निरनिराळ्या गोष्टी मागण्यात गुंग होतं. आवाज आणि धूर यामुळे कुत्र्याला आत गुदमरल्यासारखं झालं, पण खचाखच गर्दीमुळे त्याला बाहेर पडता येतं नव्हतं. अगदी अनावर झाल्यावर, कुत्र्याने भुंकायला सुरुवात केली.

भुंकण्याच्या आवाजाने आरती थांबली. पुजाऱ्यानी हातात येईल, ते कुत्र्यावर फेकायला सुरुवात केली. गाभाऱ्यात पकडापकडीचा खेळ सुरु झाला. तेवढ्यात कुत्र्याला बाहेर सटकायला वाट मिळाली आणि ते गाभाऱ्याच्या बाहेर सटकले. कुत्रा बघितल्यावर बाहेरच्या सगळ्यांनीच हातात येईल ते कुत्र्यावर फेकून, देवावर इम्प्रेशन मारण्याचा चान्स घेतला. हा सगळा प्रकार बघून देवाला पण क्षणभर हसायला आलं. तेवढ्यात बातमीदार हजर झाले. तेव्हा पण मंदिरात सीसीटीव्ही कॅमेरे असायचे. फुटेज बघून बातम्या तयार झाल्या. टीव्हीवर ब्रेकिंग न्यूज झळकायला लागल्या. देवतांचा अपमान - - देवाच्या मूर्तीवर फ्लॅश १, २, ३, ४, ५, --, यही था वो कुत्ता ----, कुत्र्याच्या निरनिराळ्या अँगल्स वर फ्लॅश १, २, ३, ४, ५, ---. देवाची मूर्ती -- कुत्रा, पुन्हा तेच, पुन्हा तेच, अशी मालिकाच सुरु झाली. ब्रेकिंग न्यूज मुळे सगळ्यांचेच चांगलेच ब्रेन वॉशिंग झाले. मंदिराच्या कमिटीने तातडीची बैठक बोलावून, त्यावेळी ड्युटीवर असलेल्या सगळ्या सिक्युरिटीच्या माणसांना नोकरीवरून काढून टाकले.

गावातील सगळी मंडळी हातात काठ्या घेऊन कुत्र्याला शोधायला दाही दिशांना बाहेर पडली. गावातल्या सगळ्याच कुत्र्यांना ठार मारावे असे फर्मान काही संस्थांनी रात्री उशिराच्या बैठकीनंतर काढले. गावात रात्रभर धावपळ सुरु होती.

एकही कुत्रं न सापडल्यामुळे, सकाळी सगळे गावकरी मंदिरात जमले, तेव्हा आकाशवाणी झाली ~~~

भक्तांनो, अनेक आशीर्वाद. काल गुरुवार होता म्हणून मी दत्त रूपात सगळ्यांना दर्शन देण्याकरता या मंदिरात आलो होतो. मला बघून एक कुत्रं माझ्या बरोबर गाभाऱ्यात आले आणि बाजूला बसले. गर्दी, वाद्यांचे कर्कश्य आवाज, आणि अगरबत्त्या / धूप यांचा धूर, यामुळे त्याला गुदमरल्यासारखे झाले. बराच वेळ ते तग धरून बसले, पण असह्य झाल्यावर त्याने भुंकायला सुरुवात केली. तुम्ही माझ्या फोटोची घरी पूजा करता, तेव्हा फोटोमधल्या गायीला, पायाशी बसलेल्या कुत्र्याला पण गंध / हळद / कुंकू / फुल वाहता, मग इथे माझ्याजवळ खरे कुत्रे बघून, या थराला जाण्याची काय गरज होती ? तुम्ही त्याला बाहेर जायला वाट

करून दिली असती, तर ते मला जास्त आवडले असते. शुभं भवतु! आकाशवाणी संपली.

पुजाऱ्यासकट सगळ्यांनीच देवाची मनातल्या मनात क्षमा मागितली. लोकांनी लगेचच कुत्र्यांकडे सहानुभूतीने बघायला सुरुवात केली. घराघरात कुत्री पाळायची परंपरा तेव्हाच सुरु झाली असे म्हणतात. काहींनी फ्लॅट मध्ये कुत्रं ठेवायला जागा नाही, म्हणून आपल्या वयस्कर आई-वडिलांना गावाकडे पाठवले. कुत्र्याबरोबर जास्तीत जास्त वेळ घालवता यावा म्हणून, बऱ्याच स्त्री - पुरुषांनी कुत्र्यांना सकाळी फिरायला न्यायला सुरुवात केली. कुत्र्यांकरता दवाखाने निघाले, पाळणाघरे निघाली, वगैरे.

ओफ, आपली मूळ गोष्ट जरा भरकटलीच. असो,

बातम्यांमुळे जनतेमध्ये चांगलीच घबराहट निर्माण झाली. स्त्रियांचा निषेध करण्याकरता गावात मोर्चे निघाले, निषेधाचे फलक लागले, घोषणाबाजी सुरु झाली. समाजकंटकांना असे खाद्य पाहिजे असतेच. त्यांनी स्त्रियांना भडकवण्याचे काम सुरु केले. "आम्हाला मंदिरात प्रवेश नाही, तर मंदिरात कुणालाच प्रवेश नाही", असा पवित्रा स्त्रियांनी घेतला, आणि मंदिराच्या प्रवेश द्वारासमोर २४ तास लोळण आंदोलन सुरु केले. तीन दिवस मंदिरात कुणीच जाऊ शकले नाही. देवस्थानच्या कमिटीचा आटापिटा परंपरा टिकवण्याकडे होता, त्यामुळे ते पण अडून बसले. सर्व गावकऱ्यांच्या दिवसाची सुरुवात रोजच देवदर्शनाने व्हायची, तेच बंद झाल्यामुळे, सगळेच अस्वस्थ झाले. कुणीच माघार घेत नाही, हे बघून, गावकऱ्यांनी राहू - केतू यांना साकडे घातले.

दुसऱ्याच दिवशी सकाळी गावामध्ये आकाशवाणी झाली ~ ~ ~ ~

भक्तांनो, अनेक आशीर्वाद. तुमच्यामधला वाद, हा पूर्णतः निरर्थक आहे. या मंदीरात स्त्रियांना प्रवेश नाही, याचा अर्थ त्या आत आलेल्या आम्हाला आवडत नाही, असा मुळीच होत नाही. कुणामधेही भेदभाव करणे हे चुकीचेच आहे. या मंदिराची "स्त्रियांना प्रवेश नाही" ही परंपरा आहे. प्रत्येक परंपरा सुरु होते तेव्हा तिला त्या वेळचा काही संदर्भ असतो. लोक संदर्भ विसरतात आणि परंपरा सुरूच राहते. जाणकार आणि ज्ञानी

मंडळींनी, खरंतर वेळोवेळी सगळ्याच परंपरांची फेरतपासणी करायला पाहिजे, आणि ज्या कालबाह्य वाटत असतील, त्या सगळ्यांना विश्वासात घेऊन बंद करायला पाहिजेत.

या मंदिरात ही परंपरा का सुरु झाली, याला इतिहास आहे. पुरातन काळात जेव्हा हे मंदीर बांधले, तेव्हा आतला गाभारा उंचावर होता, चढायला पायऱ्या पण नीट नव्हत्या. प्रदक्षिणा घालायची जागा खूप अरुंद होती. स्त्री - पुरुष सगळेच दर्शनाला यायचे. गरोदर स्त्रिया पण यायच्या. त्यांच्याकरता आणि स्त्रियांकरिता पायऱ्या चढणे आणि प्रदक्षिणा घालणे, हे धोकादायक आहे, हे ओळखून, गावकऱ्यांनी सर्वानुमते निर्णय घेतला, की, स्त्रियांनी बाहेरूनच दर्शन घ्यावे. त्यांनी मंदिरात जाऊ नये. पुढे मागे जेव्हा मंदिराचे नूतनीकरण होईल, तेव्हा हा निर्णय बदलता येईल. जवळच नवग्रह मंदिर आहे आणि इतर मंदिरे आहेत, तिथे स्त्रियांनी जावे. आपल्याच भल्याकरता हा निर्णय आहे, हे स्त्रियांना समजले. सगळेच खुश झाले. हा संदर्भ खरंतर केंव्हाच संपला होता, पण ती परंपरा सुरूच राहिली. ही परंपरा अशीच सुरु राहिली, तरी त्यात कुणाचे नुकसान नाही, कुणाचा फायदा पण नाही. परंपरा तुम्ही बंद केली, तरी काही वाईट नाही.

एक स्त्री या मंदिरात आली, याची एवढी जाहिरातबाजी करण्याची खरंतर काहीच गरज नव्हती. ती स्त्री जशी मंदिरात आली, तशीच थोड्या वेळानी बाहेर गेली असती, आणि विषय संपला असता. तिच्याशी संवाद साधून पण प्रश्न सुटला असता. बातमी वाल्यांनी कशाला किती महत्व द्यावे, हा त्यांचा प्रश्न आहे. पण टीव्ही चे बटन तर तुमच्या हातात आहे.

स्त्रियांचे मंदिराच्या दाराजवळ आंदोलन करणे आणि कुणालाच आत जाऊ न देणे, हे पण मला आवडले नाही. तुम्हा स्त्रियांना खरंतर मंदिरात जाण्याची गरजच काय आहे ? आदिशक्ती पार्वतीमाता तुमच्या रूपातच पृथ्वीवर आहे. मातेला आम्ही देवता आणि गुरु यांच्याही वरचे स्थान दिले आहे. स्त्रियांना प्रवेश नाही, अशी देशात कैक मंदिरे आहेत. स्वतःच्या अहंकाराकरता तुम्ही सगळा देशच पेटवणार आहात का ?

आदिमातेची शक्ती ही वाईट वृत्तींचा नाश करण्याकरता असते, कुणालाही वेठीस धरण्याकरता नसते. सगळ्यांनी हेच बघायचे असते, की, कुठल्याही परंपरेमुळे / रुढीमुळे कुणाला त्रास तर नाही ना ? ज्या परंपरेमुळे अन्न - धान्य - पाणी याचा अपव्यय होतो, त्या रूढी तुम्ही बंद करायला पाहिजेत. ज्यामुळे प्राणी हत्या / बालकांची हत्या होते, त्या तुम्ही बंद पाडायला पाहिजेत. उत्सवांमध्ये देवासमोर कर्कश्य गाणी / बीभत्स नाच / फटाक्यांची आतिषबाजी, अशा नवीन परंपरा सुरु झाल्या आहेत, तरुण पिढी नशेच्या मोहजालात अडकत आहे, हे थांबवण्याचे काम स्त्री शक्तीच करू शकते. पुरुषांना ते जमण्यासारखे नाही. पैशाच्या लोभानी आणि ग्लॅमर च्या लोभानी काही स्त्रिया जाहिरातींमध्ये आणि सिनेमामध्ये अंग प्रदर्शनाचा अतिरेक करत आहेत, स्त्रीत्वाचा लिलाव करत आहेत. कमीतकमी कपडे / अती तंग कपडे / पारदर्शक कपडे ही नवीन परंपरा आता घराघरात रूढ होत आहे. शाळेच्या वयाच्या छोट्या छोट्या निरागस मुलींवर त्यांच्याच आया लहानपणापासून तोकडे कपडे घालण्याचे संस्कार का करत आहेत, यावर पण स्त्रियांनी विचार करायला पाहिजे. खरंतर आई-बहीण-बायको यांना अशा रूपात बघून माणसांचं डोकं सरकायला पाहिजे, पण तसं होतांना दिसत नाही.

'विनाशकाले, विपरीत बुद्धी' याची ही सुरुवात आहे, असे पण म्हणता येईल. आणि हे सगळे थांबवण्याचे काम फक्त स्त्री शक्तीच करू शकते. चंडिकेचं रूप तुम्ही वेळीच घ्यायला पाहिजे.

स्त्रियांना आम्ही नेहमीच सांगत असतो, की, पुरुषांची स्वतःशी तुलना करू नका. दोघांच्याही शरीराचे आणि मेंदूचे डिझाईन मुद्दाम वेगळे केले आहे. स्त्री ही प्रेमाचे प्रतीक आहे, मृदुपणा हा तिचा मूळ स्वभाव आहे. पुरुषाला व्यावहारिक ज्ञान जास्त असते. दोघांनी याचा बॅलन्स साधला तरच संसारात, समाजात शांती राहते.

पुरुष मल्लखांब , बॉक्सिंग खेळतात, त्यांची बरोबरी करायची, म्हणून बायकांनी असे खेळ खेळणे चुकीचे आहे. मासिक धर्म , बाळंतपण, मोनोपॉज अशांकरता स्त्रियांना त्या त्या वेळी विश्रांती मिळायलाच पाहिजे. आणि त्याकरता पण काही परंपरा / रूढी सुरु केल्या

आहेत. वेळ पडलीच तर तुम्ही अशक्यचे शक्य नक्कीच करू शकता. ही स्पेशल देणगी फक्त स्त्रियांनाच मिळाली आहे. हिचा वापर सुदर्शन चक्रासारखा करायचा असतो. हातात ठेवा, पण वापरू नका. तुमचे अंतर्मन तुम्हाला काय सांगते आहे ते ऐका, बाह्यमनाच्या मायेमध्ये वाहत जाऊ नका.

परंपरा, रूढी, श्रद्धा - अंधश्रद्धा आणि देवभक्ती यांचा काहीही संबंध नसतो. देव्हाऱ्यात येऊनच मला नमस्कार पोहोचतो, हे सगळ्यांनी मनामधून काढून टाका. जिथे प्रेम आहे तिथे देव आहे.. सगळ्यांवरच प्रेम करा, अपंगांवर प्रेम करा, गरजवंतांवर प्रेम करा, निसर्ग / डोंगर / नद्या / वृक्ष / प्राणी / पक्षी / जीवजंतू यांच्यावर प्रेम करा. शुभं भवतू!
आकाशवाणी संपली.

आपले काय चुकले, ते समजल्यामुळे सगळ्यांच्याच माना खाली झुकल्या होत्या. लोक काय ते समजले, बायका पण काय ते समजल्या.

गावातल्या स्त्रियांनी अंगप्रदर्शन करणाऱ्या स्त्रियांच्या घरावर मोर्चे नेले. त्यांच्या जाहिराती असलेल्या प्रॉडक्टवर बहिष्कार टाकला, त्यांच्या सिनेमा / सिरीयल / रिऍलिटी शोज वर बहिष्कार टाकला. फटाक्यांवर बहिष्कार टाकला. स्त्रिया आता आपल्यावर पण बहिष्कार टाकतील, या भीतीने गावामधले पुरुष पण या लढ्यात स्त्रियांच्या मागे खंबीरपणे उभे राहिले.

स्त्रियांमधला हा जोश बघून, आकाशवाणी करणारे राहू - केतू पण त्यांच्या मदतीला धावून आले,आणि त्यांनी काय जादूची कांडी फिरवली, हे कुणालाच समजले नाही, पण हे लोण देशभर पसरले. आणि त्याचा अपेक्षित परिणाम झाला.

टीव्ही चॅनल मालकांनी व्हल्गर जाहिराती घेणे बंद केले. सिरियल्स, जाहिराती, सिनेमे सोज्वळ झाले. जास्तीतजास्त कपडे घालून कशी फॅशन दाखवता येईल, इकडे फॅशन डिझायनर वळले. साबणाची जाहिरात, आई लहान मुलाला साबण लावून आंघोळ घालते आहे, अशी तयार झाली. गावांमधल्या मोठया प्लॉट्सवर सामाजिक संस्थांनी झाडे लावून वनराई तयार करायला सुरुवात केली. पोल्युशन कमी करण्याकरता लोकांनी आपली पसंती छोट्या कार कडे आणि बॅटरीच्या गाड्यांकडे वळवली.

फटाके / डीजे आनंददायक झाले. समाजात घडणाऱ्या चांगल्या गोष्टी / चांगल्या घटना बातम्यांमध्ये अग्रक्रमावर आल्या.

देशभरातल्या सगळ्याच धार्मिक स्थळांनी स्त्रियांवर असलेली कुठल्याही प्रकारची बंदी आपणहून रद्द केली आणि "माता , भगिनींचे आम्ही स्वागत करतो" अशा पाट्या तिथे लागल्या. "आनंदाचे डोही आनंद तरंग" असे वातावरण राहू-केतू शिणापूर मुळे देशभर तयार झाले आणि इथेच आटपाट नगर, राहू-केतू शिणापूर ची गोष्ट संपली.

हिस्ट्री रिपिट्स असे म्हणतात. अशा घटना पुन्हा पुन्हा घडतीलच. देव हा सगळ्यांचाच पालनकर्ता असल्यामुळे, आपल्याला सावध करण्याकरता, तो वेळोवेळी आकाशवाणी करतंच राहणार. वाढत्या गोंगाटात, प्रदूषणात आणि धावपळीत, ती आपल्याला ऐकू येईल, का नाही ?

ऐकू आली, तर योग्य दिशेकडे आपल्याला वळता येईल, का नाही ? आणि आपला पुढचा प्रवास आनंदाचे डोही असेल, का, विनाशाचे डोही असेल, हे काळच ठरवेल.

आवडेल असाच छान विचार :

वयाने मोठं होणे ही एक निसर्गाची रचना आहे. त्याकरता आपल्याला काही मेहनत किंवा कर्तृत्व लागत नाही.

पण मनाने मोठं होणं ही मात्र एक तपश्चर्या आहे आणि हेच खऱ्या अर्थाने पुण्यकर्म आहे.

बहुगुणी हेल्मेट

नमस्कार नमस्कार ,आपण सगळेच टु व्हीलर वापरतो. पण हेल्मेट नेहेमी वापरतोच असे सहसा होत नाही. हेल्मेट वापरण्याचे फायदे आपल्याला माहीत असतात; पण आपण हेल्मेटच्या प्रेमात पडलेलो नसतो. त्यामुळे पण असे होऊ शकते. वाचकांना तिच्या म्हणजे हेल्मेटच्या प्रेमात उतरवणे हाच या लेखाचा हेतू आहे.

हेल्मेट किंवा हा विषय, तसा कोणाच्याच आवडीचा नक्कीच नाही. कम्पलसरी केल्यामुळे आणि चुकून - माकून पकडलं, तर दंड पण भरावा लागतो. त्यामुळे इच्छा नसतांना, बाहेर पडतांना हीला कायम जवळ बाळगावे लागते. इच्छा नसतांना, आपण बायकोला किंवा नवऱ्याला गाडीवर बरोबर घेतोच, त्यात ही एक आणखी नवीन भर, असा सोपा विचार केला, तर रस्त्यावरचा हिच्याबरोबरचा संसार सुखाचा नक्कीच होऊ शकतो.

आता, या लेखाद्वारे, हेल्मेटचे बहुगुण जर आपल्याला समजले, तर हेल्मेट ही नक्कीच आपली सखी होईल, आणि सखीला बरोबर न्यायला

कुणाला आवडणार नाही ? आपण पेपर मध्ये नेहमीच निरनिराळ्या बहुगुणी पदार्थांची माहीती वाचत असतो, जसे बहुगुणी सुंठ, बहुगुणी लसूण, बहुगुणी हळद, वगैरे. वरवर असं वाटतं, की, यांचा जर आपण वापर केला, तर डॉक्टरांकडे जायलाच नको. नुकतीच मी बहुगुणी कोरफड ही माहिती वाचली. तापावर, सर्दी-पडशावर, गुडघेदुखीवर, तळपायाला भेगा पडल्यावर, डोकेदुखीवर, 'बहुगुणी कोरफड', असे शीर्षक होते. विचार केला, की, वारंवार होणारी सगळीच दुखणी यात कव्हर होत आहेत. मी लगेच पेन व कागद काढला, म्हटले लिहून घ्यावे, केव्हाही उपयोगी पडेल आणि आपल्याला बरीच माहिती आहे, असा, जरा, भाव पण खाता येईल. वाचल्यावर लक्षात आलं, की, नुसती कोरफड काहीच करणार नाही, तापावर कोरफडीच्या गरामध्ये पिंपळाच्या कोवळ्या पानांचा रस मिसळायचा आहे. सर्दी-पडशावर कोरफडीच्या गरात वडाची साल उगाळून घालायची आहे. गुडघेदुखीवर कोरफडीचा गर शेळीच्या दुधामध्ये उकळून पेस्ट तयार करायची आहे. पुढचे मी वाचलेच नाही. हेल्मेटचे मात्र असे काहीही व्याप नाहीत. ती आहे तशीच बहुगुणी आहे.

साखळीचोर, मंगळसूत्रचोर : कुठलाही पेपर उघडला, तर कुठेतरी एक बातमी असतेच. चालणाऱ्या स्त्रीला पत्ता विचारायला बाईक थांबते आणि मागे बसलेला, तिच्या गळ्यातली साखळी ओढून घेतो. सिग्नलला गाड्या थांबतात. स्त्रीच्या स्कूटीच्या शेजारी बाईक येऊन थांबते, सिग्नल सुरू झाला, की, बाईक वरचा माणूस तिच्या गळ्यातले मंगळसूत्र खेचतो आणि बाईक सुसाट निघून जाते. या घटना सगळीकडे घडत असतात, पण यावर काहीही उत्तर सापडत नाही. एका समाजसेवकानी बायकांना प्रेमळ सूचना केली, की, त्यांनी काही महिने गळ्यात दागिने घालणे बंद करावे. पण स्त्रीच्या स्वभावाला शोभेल, असा हा पर्याय नक्कीच नव्हता आणि कुणाचं ऐकणं, हे तर त्यांच्या स्वभावाच्या एकदमच विरुद्ध !

एका शहरात यावर सर्व्हे करण्यात आला, आणि असे लक्षात आले, की, शहरामधल्या 100% बायकांना साखळी चोरांचा फटका बसला आहे, व असे हे एकमेव शहर आहे. आपल्या शहराची ही बातमी, वर्ल्ड

रेकॉर्ड करता गेलीच पाहिजे, याकरता लगेच सगळे प्रयत्न सुरू झाले. आपल्या गावाचे नाव गिनीज बुक मध्ये येणार, म्हणून सगळीकडे उत्साहाचे वातावरण होते. गिनीज बुक चे लोक गावात आले. तेवढ्यात एक रिपोर्ट आला, की, शहरात एक स्त्री बाकी आहे, की, जिचे मंगळसूत्र अजून ओढल्या गेलेले नाही. आपल्या गावाचे नाव, आता गिनीज बुक मध्ये येणार नाही, म्हणून गाव नाराज झाले. सगळे रिपोर्टर त्या स्त्रीच्या शोधात निघाले व दुसऱ्या दिवशी मॅडमची मुलाखत पेपरला आली. मॅडमनी सांगितलं, की, स्कुटीवर बाहेर पडतांना, मी हेल्मेट 100% वापरते आणि गाडी पार्क करून चालताना पण डोक्यावर हेल्मेट ठेवते. हेल्मेट असले, की, साखळीचोरांना मंगळसूत्र ओढता येत नाही. गिनीजच्या लोकांनी रेकॉर्डचा विषय बदलला आणि हेल्मेट मुळे मंगळसूत्र टिकवून असलेली शहरामधली एकमेव स्त्री, म्हणून मॅडम चे नाव गिनीज बुक मध्ये आलं. आणि गाव पण खुश झालं.

डोके शांत राहते : नवरा-बायको टू - व्हीलर वर नेहमीच कामानिमित्त हिंडत असतात. सहसा नवरा गाडी चालवत असतो व बायको मागे असते. लग्न होण्यापूर्वी, जेव्हा हेच दोघे हिंडायचे, तेव्हा त्यांच्यात नेहेमीच संवाद असायचा. लग्न झाल्यानंतर ह्याच संवादाची जागा वाद घेतो. मागे बसलेली व्यक्ती, समोरच्याला कायम तावातावाने आणि हातवारे करून काहीतरी सांगत असते, पटवून देण्याचा प्रयत्न करत असते. चालवणाऱ्याला हे सगळे असह्य होत असते, पण पर्याय नसतो. म्हणूनच डोकेदुखी, मायग्रेन चे आजार संध्या वाढत आहेत. चालवणाऱ्यानी हेल्मेट घातली, की, मागची व्यक्ती काय बोलतेय किंवा काय बडबडतेय, हे त्याला मुळीच ऐकू येत नाही. आणि काय हातवारे करतेय, हे पण दिसत नाही. त्यामुळे चालवणाऱ्याचे डोके एकदम शांत राहते. डोके दुखते किंवा भणभणते म्हणून, अमिताभ कडून थंडा - थंडा / कुल -कुल नवरत्न तेल डोक्याला लावून घेण्यापेक्षा, हेल्मेटचा पर्याय सोपा आणि स्वस्त नाही का ? अर्थात, डोक्याला नवरत्न तेल लावायला, अमिताभ ऐवजी प्रियंका किंवा बिपाशा असती, तर गोष्ट वेगळी होती.

सर्दी, पडसे, खोकला, उन्हाळी : बाराही महिने ज्यांना दुचाकीवर जा - ये करावी लागते, त्या सगळ्यांनाच, या अशा व्याधींची चांगलीच ओळख असते. पावसाळ्यात कितीही चांगल्या कंपनीची टोपी घातली, तरी, डोकं ओलं होतंच आणि सर्दी, पडसे, खोकला, अशा गोष्टी हमखास मागे लागतात. ह्या पावसाळ्यात डोक्यावर हेल्मेट चढवा आणि बघा, कितीही मुसळधार पाऊस असला, तरी तो तुमच्या केसालाही धक्का लावू शकणार नाही. म्हणजे सर्दी - पडसे - खोकला यांना सुट्टी. हिवाळ्यात सगळेच कानात गार हवा जाऊ नये, म्हणून स्कार्फ बांधणे, मफलर बांधणे वगैरे, अशी काळजी घेतात. पण गार हवा आपलं काम करतेच आणि थंडीचे विकार मागे लागतात. ह्या थंडीत स्कार्फ - मफलर काहीही घेऊ नका. कम्पलसरी केलेले हेल्मेट डोक्यावर चढवा. तुमच्या कानाला, डोक्याला, चेहेऱ्याला थंडीपासून पूर्ण सुरक्षितता मिळणार. हे नक्की.

जसजशी वर्षे पुढे जात आहेत, तसतसे उन्हाळ्यात तापमान वाढते आहे. तापमान पूर्वी ३० - ४० असायचे, तिथे आता ४० - ४७ आहे. पुढच्या वर्षी कदाचित ४२ - ५० होईल. उन्हाळी लागणे, चक्कर येणे, अशा व्याधी उन्हात डोके तापल्यामुळे हमखास उन्हाळ्यात होतात. ह्यावर्षी उन्हाळ्यात हेल्मेट डोक्यावर चढवा आणि फरक बघा.

थोडक्यात काय, तर, दुचाकीवर बाहेर पडताना बाराही महिने, न चुकता / न विसरता, हेल्मेट घालूनच बाहेर पडायचं आणि सर्दी, पडसे, खोकला, उन्हाळी अशांपासून लांब राहायचं.

प्रदूषणापासून बचाव : शहरांमध्ये घरापासून ऑफिसपर्यंत किंवा कुठे बाहेर जायचे असेल, तर कमीत कमी ८ - १० तरी सिग्नल लागतात. प्रत्येक सिग्नल ला गाड्या थांबल्या, की, समोर थांबलेल्या गाडीचा धूर मागच्यांच्या तोंडावर येतो. डोक्यावर हेल्मेट असली आणि चेहेऱ्यावर स्क्रीन असला, की, अशा हानिकारक धुरापासून बऱ्याच अंशी बचाव करता येतो. गाडी चालू असतांना धुळीचे कण आणि उडणारा कचरा पण डोळ्यात जात नाही.

चष्मा आणि गॉगल चे हेल्मेट : माझ्या मित्राला लांबचा चष्मा आहे. तो नियमित हेल्मेट वापरतो. आधी हेल्मेट घाला , मग चष्मा लावा आणि गाडीवरून उतरल्यानंतर आधी चष्मा काढा आणि मग हेल्मेट काढा, हे काम सोपे करण्याकरता, त्यानी हेल्मेटच्या स्क्रीन ला कट- आउट करून, तिथे चष्म्याच्या काचा बसवून घेतल्या आहेत. त्यावर गॉगल ची फ्रेम पण अडकवता येते. आपल्या हेल्मेटला तो '3 इन 1' हेल्मेट म्हणतो. मी त्याला सुचवलं, की, आता हेल्मेटच्या आतून, कानाच्या शेजारी, मोबाईलचे हॅन्ड - फ्री बसवून घे, आणि हेल्मेटला '4 इन 1' करून टाक.

गल्ली क्रिकेट पासून बचाव : आपल्याकडे गल्लीबोळात, सोसायट्यांमध्ये, रस्त्यांवर आणि रात्री रहदारी कमी झाल्यावर अगदी मेन रोड वर सुद्धा सतत क्रिकेट सुरूअसते. आसपास जा-ये करणाऱ्यांची सुरक्षितता, हा विचार कुठल्याच खेळाडूचा प्रांत नसतो. मध्यंतरी पेपरला एक बातमी होती, ती अशी - एका छोट्या रस्त्याने एक स्त्री हातामध्ये सामानाची पिशवी घेऊन जात होती आणि अचानक बाजूने क्रिकेटचा बॉल तिच्या डाव्या डोळ्यावर आदळला. बाईंचा चष्मा फुटला आणि त्या चक्कर येऊन खाली पडल्या. अशा घटना अधून - मधून, ठीक- ठिकाणी घडत असतात, पण यावर कुठेही विचार होताना दिसत नाही. अगदीच कुणी वर गेलं, तरच ती बातमी पेपरला येते.

वयस्कर मंडळी या प्रकाराला मनातून घाबरून असतात. डॉक्टरांनी त्यांना रोज फिरा, असे सांगितलेले असते, म्हणून बाहेर पडायचं, आणि 'कब - कहा से - कहा पर बॉल लगेगा - ये मालूम नही' ही बाहेरची परिस्थिती. बरे यावर उपाय पण काही नाही.

एका सिनियर सिटिझन्स च्या ग्रुप मध्ये यावर लगातार महिनाभर चर्चा झाली आणि उपाय सापडला. सगळे जण फिरायला बाहेर पडतांना, हेल्मेट घेऊन बाहेर पडतात. जवळपास कुठे क्रिकेटची चाहूल लागली, की, लगेच सगळे डोक्यावर हेल्मेट चढवतात. आणि त्यामुळे सगळे जण बाहेर पडतांना जसे होते, तसे सहीसलामत घरी परततात. रस्त्यावर फिरायला/ पळायला तरुण - तरुणी पण असतातच. बरं, आपले डोके, डोळे, कान आणि जीव तरुणाईला पण प्यारा असतोच !

बॉल ला घाबरून, आता तरुणाईने पण फिरतांना / जॉगिंग करतांना हेल्मेट बरोबर ठेवणे सुरु केले. आणि हे लोण हळूहळू शहरभर पसरले. ज्या परदेशी माणसानी दुचाकी करता हेल्मेटचा शोध लावला होता, त्याच्या पर्यंत ही बातमी फेस बुक वरून फोटो सकट पोहोचली. त्यांनी ट्विट केले, की, ' या शहरात दुचाकीवरच्या माणसांपेक्षा, पायी चालणारेच हेल्मेट वापरतांना जास्त दिसतात ! हा काय प्रकार आहे ?'.

हेल्मेटचे असे विविध उपयोग असूनही, लोक हेल्मेट वापरायला विरोध का करतात, असा प्रश्न कुणालाही पडणे साहजिक आहे. याचं खरं उत्तर हेल्मेटचं देऊ शकेल, असा विचार करून, मी हेल्मेटशीच संवाद साधला.

मी (हेल्मेटला) : तुमचे एवढे विविध आणि रिझल्ट देणारे उपयोग असूनही, लोक हेल्मेट वापरायला कुरकुर का करतात ?

हेल्मेट : तुम्ही माझा अजून एक उपयोग सांगायला विसरलात. हा जमाना तरुणाईचा आहे. मुलं - मुली गळ्यात गळे घालून आणि इतर बरेच काही - काही करत, गाड्यांवरून हिंडत असतात. मुलींच्या डोक्याला स्कार्फ बांधलेला असतो, त्यामुळे त्या कुणालाच ओळखू येत नाहीत. मुलांचा ओळखू येण्याचा प्रश्न मी सोडवला आहे. आता गाड्यांवर हिंडतांना, मुली स्कार्फ मध्ये असतात, आणि मुलांच्या डोक्यावर 'मी' असते.

जवळून वडील गेले, तरी ते आपल्या मुलाला ओळखू शकत नाहीत किंवा जवळून बायको गेली, तरी ती आपल्या नवऱ्याला ओळखू शकत नाही, आता बोला !

मी : मस्तच, प्रियकरांची छानच सोय झाली.

(ही कल्पना, मला आधी का नाही आली ? म्हणून मी मनातून थोडा नाराज झालो. 'वेळ कधीच गेलेली नसते' ह्या म्हणीवर विश्वास ठेवून, मी पुन्हा मनातून सुखावलो)

मी : एवढे छान छान फायदे असूनही, सगळेच हेल्मेट वापरायला, मग, का -कू का करतात ?

हेल्मेट : छानच प्रश्न आहे. का -कू चा फुलफॉर्म आहे - कायम कूरकूर करणे. आणि कूरकूर करणे हा तुमचा स्वभावच आहे. असं - असं करा

म्हटलं, तरी लोक कूरकूर करतात, असं - असं करू नका, म्हटलं, तरी लोक कूरकूर करतात. काहीतरी निमित्त शोधायचं आणि कूरकूर सुरु ठेवायची हाच तुमचा स्वभाव. या कुरकूरी तून माणसाला थोडा तरी ब्रेक घेता यावा, म्हणून एका डोकेबाज माणसाने 'कुरकुरे चिप्स' चा शोध लावला. 'कुरकुरे खाओ, और कूरकूर करना बंद करो'.

हेल्मेट : इथे हेल्मेटची सक्ती असूनही, लोक हेल्मेट वापरत नाहीत, याला आणखीन एक कारण आहे, आणि ते म्हणजे, तुम्ही या लेखामध्ये, हेल्मेट ला 'बहुगुणी' ही उपाधी देऊन, हेल्मेटचे विविध उपयोग सांगितले आहेत, ते आजतागायत कुणालाच माहीत नसावेत. हा लेख वाचल्यानंतर आणि त्याची माऊथ पब्लिसिटी झाल्यानंतर, हेल्मेट वापरणाऱ्यांच्या संख्येत मोठ्या प्रमाणात वाढ होणार आहे, यात शंकाच नाही.

मी : थँक्यू, थँक्यू.

मी : हेल्मेट कम्पलसरी करण्याबाबत तुमचे काय मत आहे ?

हेल्मेट : माझा वापर कम्पलसरी करणे, हे मला तेवढे पटत नाही. मी पूर्णतः वैयक्तिक सुरक्षिततेचे साधन आहे. चार चाकी चालवतांना सीट बेल्ट लावणे, असाच हा प्रकार आहे. आपल्या शारीरिक सुरक्षिततेकरता, टू व्हीलर चालवतांना स्कार्फबांधणे / गॉगल वापरणे, काही ठिकाणी जातांना पायात बूट घालणे, पावसाळ्यात छत्री वापरणे, हात धुतांना टीव्हीवरच्या जाहिरातीमध्ये दाखवलेले साबण वापरणे, वगैरे वगैरे, असाच हा प्रकार आहे. म्हणून याकरता नियम आणि दंड, हे तेवढे पटत नाही. गाडी चालवतांना मोबाईलवर बोलणे / सिग्नल न पाळणे / स्पीड लिमिट न पाळणे, हा मात्र गुन्हा आहे, कारण यामध्ये दुसऱ्याची सुरक्षितता बाधित होते. याला कडक नियम आणि तेवढाच कडक दंड आणि शिक्षा पाहिजे. आता नियम बनवणारे कुठल्या अँगलमधून विचार करून नियम बनवतात, हे समजणे कठीण असते.

आपल्या घरच्यांना आपल्या सुरक्षिततेची काळजी नेहेमीच असते. आपल्या भागातल्या शासनाला पण, आपल्या सुरक्षिततेची तेवढीच काळजी आहे, आणि म्हणूनच शासनानी, रस्त्यावरच्या ट्रॅफिक चा आढावा बघून, दुचाकी चालकांना हेल्मेटचा वापर कम्पलसरी केला आहे, असा

सकारात्मक विचार, जर आपण सगळ्यांनीच केला, तर हेल्मेटचा वापर नक्कीच आनंददायी होईल आणि ती खऱ्या अर्थानी आपली सखी होईल, यात शंकाच नाही. किंवा, यावर दुमत पण नसणार.

मी : क्या बात है ! बहोत खूब !

हेल्मेट : माझा वापर करणे, हे लाईफ इन्शुरन्स पॉलिसी काढण्यासारखे आहे. आपण दरवर्षी न चुकता पॉलिसी रिन्यू करतो, पण आपल्या पॉलिसीचे पैसे क्लेम करण्याची पाळी, आपल्या घरच्यांवर यावी, हे कुणालाच नको असते. म्हणजे पॉलिसी काढायची, पण पैसे नकोत - हाच विचार हेल्मेटच्या बाबतीत करायचा - हेल्मेट करता कायदा ज्या उद्देशाने केला आहे, तो उपयोग होता कामा नये. म्हणजे हेल्मेट वापरायची, पण कुठेही पडायचे नाही. बरं, वर दिलेले फ्री - फ्री - फ्री बहुगुणी रिटर्न्स तर रोज मिळणारच आहेत.

(मी हेल्मेट शी संवाद आधी का साधला नाही ? आणि हा लेख, मी आधी का लिहिला नाही? या विचारानी मी मनातून थोडा नाराज झालो. मग विचार केला, 'कल नही, तो आजहि सही'. 'देर से आये, दुरुस्त आये' ह्या म्हणीवर विश्वास ठेवून, मी मनातून पुन्हा सुखावलो).

मी हेल्मेट चे आभार मानले आणि संवाद संपवला .

आजच हेल्मेट घेऊन या किंवा माळ्यावरचे बाहेर काढा आणि वापर सुरु करा. एक सेल्फी काढा आणि इमेल / वॉट्स अप / फेस बुक यावर हा कव्हर फोटो टाका.

'आजसे गाडी चलाएंगे - तो हेल्मेट के साथ ही चलाएंगे'.

मनाला पटलेल्या कामाकरता / कार्याकरता शुभ मुहूर्त हा पंचांगात किंवा कुंडलीत नसतो, तो नेहेमी आजचं असतो.

बहुगुणी हेल्मेट भाग २

लेख लिहिण्यापूर्वी मी हेल्मेट वापरत होतोच, पण लेख लिहिल्यानंतर माझ्या आणखीनच जास्त लक्षात आलं, की, घराच्या बाहेर आपल्याकडे जो माहोल आहे, त्याकरता हेल्मेट हे आवश्यक म्हणजे आवश्यकच आहे. शासनाकडून ते कंपल्सरी झाले काय, किंवा नाही काय, आपण सगळ्यांनीच दुचाकी चालवतांना आणि काही भागात पायी फिरतांना सुद्धा हेल्मेट वापरायलाच पाहिजे, हे नक्की. एखादी वस्तू आपण वापरायला लागलो, की, तिचे अजून - अजून उपयोग समजायला लागतात. मला पण हेल्मेट वापरण्याचे आणखीन काही फायदे / गुण उलगडले, ते असे ....., आणि म्हणूनच हा भाग २

----

१) नारळांपासून बचाव : आमच्या शहरात बऱ्याच बंगलेवजा सोसायट्या आहेत. सगळ्याच बंगलेवाल्यांनी भोवतालच्या जागेत ३ - ४ - ५ तरी नारळाची झाडे लावली आहेत. अपार्टमेंट असलेल्या सोसायटींमध्ये पण बहुतेकांनी कंपाउंड च्या बाजूनी नारळाची झाडे लावली आहेत. हे चित्र बहुदा सगळ्याच गावात / शहरात थोड्याफार फरकाने बघायला मिळते.

बहुतेक झाडे कंपाउंडला लागून लावलेली असतात. उद्देश असा, असावा, की, झाड तर आपले राहते, पण आपल्या बागेतली जागा ते व्यापत नाही. ही झाडे मोठी झाल्यानंतर रस्त्याकडे वाकतात. झावळ्या परस्पर रस्त्यावर पडतात, त्यामुळे आपला त्यांच्याशी काही संबंध नसतो. नारळ मात्र आपले असतात. नारळ वेळेवर काढले नाहीत, तर वाळल्यानंतर ते रस्त्यावर पडतात. असं म्हणतात, की, नारळ कधीच कुणाच्या डोक्यावर पडत नाही. याचं कारण शोधल्यानंतर, मला उत्तर सापडलं. सगळ्याच झाडांमध्ये जीव असतो हे आपल्याला माहित आहे. पण नारळ हे एकमेव झाड आहे, की ज्याला देवाने मेंदू पण दिला आहे. त्यामुळे खाली कुणी नाही, हे बघुनचं / किंवा ही खात्री करुनचं झाड नारळ खाली पडू देतं. आजकालच्या ताणतणावांमुळे माणसांचे मेंदू बधिर झाल्याचे आपण बघतोच आणि अनुभवतो पण. असाच परिणाम, निसर्गातल्या प्रदूषणामुळे नारळाच्या झाडाच्या मेंदू वर पण होऊ शकतो, असे निसर्ग तज्ञांचे मत आहे. आणि असा परिणाम जेव्हा होतो, तेव्हा काय होते, हेच या अनुभवात आहे - ---

मध्यंतरी एका सोसायटीमधल्या रस्त्यावरून चालत जातांना एकाच्या डोक्यावर नारळ पडला, आणि तो इसम जागेवरच खलास झाला. लोकांनी थोडी आरडाओरड केली, शिव्या - शाप झाले, नशिबावर बोट ठेवले, आणि विषय संपला.

“पुढच्याला ठेच - मागचा शहाणा” ही म्हण लक्षात घेऊन, त्या भागात राहणारे बरेच जण, फिरायला चालत जातांना, हेल्मेट घालून फिरायला लागले. एक दिवस हेल्मेट घालून फिरणाऱ्या एकाच्या डोक्यावर नारळ पडला. तो माणूस जागेवर गेला नाही. त्याला लगेच हॉस्पिटल मध्ये

ऍडमिट केले. तपासल्यानंतर डॉक्टरांनी सांगितले, की, सगळ्या नातेवाइकांना २ - ३ दिवसात बोलावून घ्या. सगळेच नातेवाईक / मित्र येऊन भेटले / विचारपूस झाली / गप्पा झाल्या. आणि ३ दिवसांनी सगळ्यांच्या भेटी गाठी घेऊन तो माणूस गेला. जातांना त्यानी हेल्मेट चे आवर्जून आभार मानले. डोक्यावर नारळ पडला, म्हणजे माणूस जाणार हे नक्की, पण डोक्यावर हेल्मेट असेल, तर ऑन द स्पॉट न जाता, सगळ्यांच्या भेटी गाठी घेऊन जाता येते / अगदी परदेशातल्या मुला - मुलींची पण जाण्यापूर्वी भेट घेता येते / काही कागदी लिखापढी करायची राहिली असेल , कुठे नॉमिनेशन भरायचे राहिले असेल, तर अशी कामे पण पूर्ण करता येतात. आयुष्यातल्या आपल्या काही चुकांबद्दल कुणाची माफी मागायची राहून गेली असेल, तर ती पण मागता येते, बायकोला किंवा नवऱ्याला आयुष्यामधले काही गुपित सांगायचे राहिले असेल, तर ते पण सांगता येते. मुलं / मुली / नातवंडं यांना काही सल्ला द्यायचा राहून गेला असेल, तर तो पण देता येतो. जाणाऱ्या माणसाची शेवटची इच्छा पूर्ण करण्याकडे, बहुतेकांचा कल हा असतोच, मग ती गोष्ट आवडो अथवा न आवडो. म्हणून सल्ला देण्याकरता ही वेळ सगळ्यात योग्य असते. अशारितीने, सर्व आटोपून, कुठलेही ओझे बरोबर न घेता, निश्चिन्तपणे वर जाता येते. अशा व्यक्तीच्या बाबतीत घाटावरचे कावळे पिंडाला शिवण्याकरता वाटच बघत थांबणार, हे नक्की.

मध्यंतरी माझा स्वीडन चा मित्र कार्ल काही कामाकरता इथे आला होता. दोन दिवस राहायला आमच्या घरी होता. उद्या जरा लवकरच उठायचं, आणि मॉर्निंग वॉक ला जायचं असं ठरलं. उठलो, चहा घेतला आणि निघालो. मी बरोबर २ हेल्मेट घेतल्या.

कार्ल : बाईक घेऊ नको. मला पायी आवडतं (कार्ल इंग्रजीत बोलत होता)

मी : येस, येस. चालतच जायचे आहे. व्हाय हेल्मेट ? हे लवकरच समजेल.

फिरत फिरत आम्ही नारळाची झाडे आहेत, त्या भागात पोहोचलो. सगळेच पायी फिरणारे हेल्मेट घालून फिरत होते. हेल्मेट घालून चालणारे लोक बघून कार्ल उडालाच, आणि म्हणाला - व्हॉट इज धिस ड्रामा ?

मी म्हटलं - आपल्याला पण यात भाग घ्यायचा आहे. मी एक हेल्मेट त्याच्या डोक्यावर ठेवलं आणि एक मी घातलं. मग मी त्याला डोक्यावर नारळ पडल्याचा किस्सा सांगितला.

कार्ल : अरे, तुम्ही कुठल्या जमान्यात आहात. यु हॅव टु रिमूव्ह रूट कॉज ऑफ प्रॉब्लेम. ज्यांची झाडे रस्त्यावर आली आहेत, त्यांना ती कापायला सांगा. त्यांना दंड करा. माणूस मरतो, हे हॉरीबल आहे.

मी : रस्त्यावर वाकलेली नारळाची झाडे आणि रस्त्यावर असलेल्या झाडांच्या मोठमोठ्या फांद्या खालून जाणाऱ्या - येणाऱ्यांकरता धोकादायक आहेत, हे सगळ्यांना पटते, पण नियमाप्रमाणे असे वृक्ष तोडता येत नाहीत. वृक्ष मित्र पण विरोध करतात. आणि धोकादायक परिस्थिती प्रिव्हेल्स.

कार्ल : यात बदल करायलाच पाहिजे

मी : रस्त्यावर पिसाळलेले कुत्रे दिसले तरी त्याला मारायची परवानगी नसते. जंगलामधला वाघ रस्ता चुकून एखाद्या गावात आला आणि दिसेल त्याला खात सुटला तरी त्याला मारता येत नाही. डोक्यावर नारळ पडला, तरी झाड तोडता येत नाही. त्यामुळेच चालतांना हेल्मेट वापरणे, वगैरे, असे पर्याय पुढे येतात.

कार्ल चे यावर काय म्हणणे आहे, याकरता मी कार्ल कडे बघितले.

कार्ल : संध्याचा ट्रेंड बघता, जवळच्या भविष्यात, डास मारणारी रॅकेट / तत्सम गॅजेट्स / पेस्ट कंट्रोल यावर इथे बंदी आली, तर नवल वाटण्याचे कारण नाही. कारण हे पण देवांनी निर्माण केलेले जीव - जंतूंच आहेत. यांच्याशी पण कुणीतरी मैत्री करणारच !

बोलत बोलत घरापर्यंत केंव्हा आलो हे समजलेच नाही. हेल्मेट काढण्याच्या स्पॉट वर हेल्मेट काढायचे पण विसरलो होतो.

२) सामानाची ने - आण : बहुगुणी हेल्मेट चा लेख लिहिल्या पासून मी रोजच बाईकवर ऑफिस ला जातांना हेल्मेट वापरतो आणि ते पण १०० टक्के. ऑफिस सुटल्यानंतर रोजच मी घरी जातांना, रस्त्यामध्ये बायकोला पीक - अप करतो आणि घरी जातो. बायकोला अजून हेल्मेटचे महत्व

पटलेले नसल्यामुळे, ती गाडी चालवतांना हेल्मेट वापरत नाही आणि मागे बसली, तरी वापरत नाही. 'अपनी अपनी पसंद' अजून काय ?

घरी जातांना रस्त्यावरच्या किराणा दुकानातून २ - ३ - ४ वस्तू घेण्याची बायकोला रोजच आठवण येते. इतके दिवस दुकानदार सामानाकरता कॅरी बॅग द्यायचे, त्यामुळे हवे ते सामान घ्यायचे, कार्ड नी पेमेंट करायचे, कॅरी बॅग घ्यायची आणि सुटायचे, इतके सगळे सोपे होते. परवा असेच दुकानात गेलो, सामान घेतले, पेमेंट झाले, आणि दुकानदारानी सिक्सर मारला - साहेब आजपासून कॅरी बॅग १०० टक्के बंद झाली आहे. वुई आर सॉरी. कापडी पिशव्या आम्ही विकायला ठेवल्या आहेत.

मी (बायकोला) : मग या वस्तू नेणार कशा ? बाईकला डिकीची पण सोय नाही. एकदम अर्जंट असतील असे १ - २ आयटम घे, बाकी उद्या नेऊ.

देवानी बायकांना विचार शक्ती पुरुषांपेक्षा कणभर जास्तच दिली आहे, हे आपण नेहेमी अनुभवतोच. बायको काहीतरी आयडिया काढणार, असे तिच्या चेहेऱ्यावर दिसले, आणि बायको एकदम म्हणाली -

बायको : अहो, डोक्यावरची हेल्मेट काढा.

मला वाटलं, तिला काहीतरी मला हळू आवाजात किंवा कानात सांगायचे आहे. मी हेल्मेट काढले आणि माझा कान तिच्या तोंडाजवळ नेला. आता पुढचा सीन काय असेल याचा दुकानदाराला अंदाज करता आल्यामुळे, त्यानी बहुदा मान मागे वळवली. माझी ऍक्शन बघून बायको म्हणाली -

बायको : अहो, कान मागे करा. हेल्मेट उलटी करून माझ्यासमोर धरा.

बायकोनी सगळी सामानाची पाकिटे हेल्मेटमध्ये टाकली. आणि हेल्मेट स्वतः च्या ताब्यात घेतली आणि म्हणाली - चला.

दुकानदार : मॅडम, लय म्हणजे, लय - भारी आयडिया आहे. कॅरी बॅग करता हा मस्तच पर्याय आहे. मॅडम, ही आयडिया इतर गिऱ्हाईकांना दिली, तर तुमची हरकत नाही ना ? म्हणजे, तुमचे काही पेटंट वगैरे नाही ना ? दुकानदारानी बायकोला कॅडबरी गिफ्ट दिली.

मी बाईकवर बसलो, बायको हेल्मेट मांडीवर घेऊन मागे बसली. मी मागे वळून हेल्मेट कडे बघितलं. हेल्मेट एकदम खुश दिसत होती. दिसणारचं ना ? तिला जागाच तशी मिळाली होती ! ज्या ज्या निर्जीव वस्तू आपल्याला सेवा देतात, त्यांची आपण निरनिराळ्या सणांना पूजा करतो / त्यांना फुले वाहतो आणि त्यांना खुश ठेवण्याचा प्रयत्न करतो.

हेल्मेट मात्र सगळ्यांना उत्तम सेवा देत असूनही, कायम उपेक्षितच राहते. कधी तिची पूजा नाही आणि कधी तिला फुलं पण नाहीत. आज हेल्मेटच्या चेहेऱ्यावरची खुशी बघून, मी ठरवलं, की, उद्यापासून सामानाकरता घरून जरी पिशवी आणली, तरी मधून मधून सामान मुद्दाम हेल्मेट मध्ये ठेवायचं आणि हेल्मेट बायकोकडे द्यायची. तेवढीच हेल्मेटची चंगळ !

हेल्मेटचा हा लेख वाचल्यानंतर आणि तुम्ही हेल्मेटचा वापर सुरु केल्यानंतर, मी हेल्मेटला दिलेले 'बहुगुणी' हे विशेषण तुम्हाला पण योग्यच वाटणार हे निश्चित !

बहुगुणी हेल्मेट वापरा आणि निर्धास्त राहा.

हा विचार आवडतोय कां -

नेहमीच सगळ्यांशी छान वागायला / छान बोलायला, हसत खेळत रहायला, मदतीचा हात पुढे करायला, आपल्याला वेगळं असं फार काही करावं लागत नाही.

बार्गेनिंग

बार्गेनिंग हा शब्द आपल्या सगळ्यांच्याच अगदी जवळचा आहे. बार्गेनिंग मुळे खरंच आपल्याला पैसे कमी मोजावे लागतात, का दुकानदार आधीच तेवढी वरची किंमत सांगतो आणि बार्गेनिंग नि आपल्याला मूळ किमतीवर आणतो, हे कुणीतरी दुकानदारच सांगू शकेल.

रस्त्यावरच्या दुकानात तर सगळेच बार्गेनिंग करतात. सोन्याचांदीच्या दुकानात पण थोडेफार बार्गेनिंग चालतेच. काही जणांना, मी बाटा सारख्या दुकानात पण बार्गेनिंग करतांना पाहिले आहे.

बहुतेकांना असं वाटतं, की, बार्गेनिंग हा प्रकार फक्त आपल्याकडेच असेल, पण बाहेरच्या काही देशांमध्ये पण आपल्यासारखेच, किंबहुना आपल्या पेक्षाही जास्त बार्गेनिंग चालते. चीन मधल्या एका मोठ्या मार्केट मध्ये आम्ही गेलो होतो. एका बुटांच्या दुकानात, आमच्या एका सहकाऱ्यानी बूट घेतले. दुकानदारानी ५०० युआन किंमत सांगितली. बार्गेनिंग करून त्यांना ते बूट ६० युआनला मिळाले.

बार्गेनिंग वरून मला फार पूर्वीची, म्हणजे १९६६ ची गोष्ट आठवते. तेव्हा मी शिकायला भोपाळ ला होतो. सुटीमध्ये घरी येतांना, रेल्वेनी अकोला स्टेशन ला यायचे, तिथून सायकल रिक्षानी पुढची बस घेण्याकरता बस स्टँडला यायचे. असं रुटीन होतं. स्टेशन ते स्टॅन्ड रिक्षाकरता साधारण ४ आणे (२५ पैसे) लागायचे. मी स्टेशन मधून बाहेर आलो. तिथे एक जण रिक्षेकरता उभे होते, त्यांना पण स्टँडला जायचे होते. दोघे एकाच रिक्षेने जाऊ, प्रत्येकी २ - २ आणे पडतील, असे ठरले.

रिक्षेला विचारले - क्या लोगे ? रिक्षावाला - साब, २ रु लगेंगे . (तिकडे बाहेरचे संवाद हिंदीत चालायचे)

माझे सहकारी म्हटले - रहने दो. हम लोग पैदल जाएंगे

रिक्षावाला : आप क्या दोगे ?

सहकारी : १ आना देंगे

रिक्षावाला : साब, १ आना भी कोई रेट है क्या
सहकारी : तो , २ रु भी कोई रेट है क्या ? चलो दो आना देंगे
रिक्षावाला : अरे साब, कुछ तो हमारा ख्याल करो. ४ आने मे चलना है तो बोलो
सहकारी : चलो.
तेव्हा मी बार्गेनिंग ही विद्या शिकलो.

काही दुकानात 'फिक्स्ड रेट' अशी पाटी असते, त्याठिकाणी बर्गेनिंग ला सहसा स्कोप नसतो. काही वेळा दुकानदार गिऱ्हाईक बघून भाव सांगतात. तुम्हाला साधारण भावाची कल्पना असेल, तर तुम्ही बार्गेनिंग करून खऱ्या किमतीवर येऊ शकता. बार्गेनिंग ही एक कला आहे, हे मात्र नक्की. आणि कला ही नेहेमीच मजेत साकारता आली पाहिजे.

परवा एका मित्राचा फोन आला. त्याला नवीन स्कुटी घायची होती. चांगली किंमत मिळाली, म्हणून त्यानी नुकतीच आधीची गाडी विकली होती. नवीन गाडीचे मॉडेल वगैरे ठरले होते. मला म्हणाला - बरोबर चल, काही बार्गेनिंग जमलं, तर तेवढीच किंमत कमी होईल.

मी म्हटलं - अरे स्कुटी च्या किमतीत, मी काय बार्गेनिंग करणार ?

मित्र म्हणाला - अरे चल तर, तुला बार्गेनिंग चांगले जमते. गाडीची किंमत ५६-५७ हजार आहे. येन - केन २ - ४- ५ हजार कमी झाले, तर तेवढेच पैसे वाचले. "इच्छा असेल तर मार्ग सापडतो" अशी म्हण आहे .

आम्ही दुकानात गेलो. गाडी बघितली. टेस्ट राईड घेतली. सेल्स मन नी 'ऑन रोड किंमत' सांगितली. रु ५६२५०.

मित्रानी डिस्काउंट बद्दल विचारले. संध्या काहीही डिस्काउंट नाही असे त्यांनी सांगितले. पुढच्या महिन्यात सणाच्या आधी जाहीर होतील, पण या १ तारखेला किमती वाढणार आहेत. आत्ता ३० च्या आत बुक करा, आणि या लोएस्ट किमतीला गाडी उचला.

म्हणजे बार्गेनिंग ला काहीच वाव नव्हता. किंमत खाली कशी आणता येईल ? याचे उत्तर सापडत नव्हते. म्हणजे "इच्छा असेल तर मार्ग सापडतो" या म्हणीला काहीच अर्थ नाही का ?

'आमची खूप इच्छा आहे, तरीपण मार्ग सापडत नाही', असा थोडा धावा केला, आणि मार्ग सापडला.

मी मित्राला :

तू इतकी वर्ष गाडी चालवतो आहे. पण वळताना तू कधीही साईड इंडिकेटर देत नाही, मग ते घेतले नाही, तर काय हरकत आहे !

(मित्राला काहीच अर्थबोध झाला नाही. मी काहीतरी मनाशीच बडबडतो आहे, असे त्याला वाटले असावे)

मी (मित्राला) : तुला गाडीच्या वजनामुळे, गाडी मेन स्टॅन्ड ला लावता येत नाही. तू साईड स्टॅन्ड वापरतो. मेन स्टॅन्ड शिवाय गाडी घेतली तर काय हरकत आहे !.

तू रात्री सहसा गाडी चालवत नाही, आणि गावात गाडी चालवतांना, हेड लाईट आपण डीपर वरचं ठेवतो. अपर कधीच वापरत नाही. मग आपण एकच दिवा घेतला तर काय हरकत आहे !

तुझ्या गाडीचे मागचे बघण्याचे आरसे कुठल्याही दिशेला फिरलेले असतात. आणि तसे पण त्या आरशातून मागचे कुणीच कधी बघत नाही. लेडीज ना हा आरसा सारखाच लागतो - थोड्या थोड्या वेळानी आपल्या चेहेऱ्यावरचा मेक - अप बघायला. तुला तर आता भांग पाडायला केस पण नाहीत ! मग ते आरसे पण काढून टाकले तर काय हरकत आहे !

गाडी बरोबर टूल बॉक्स येते. ती पण घेऊ नको. आधीच्या गाडीची असेलच !

आपल्या रस्त्याकरता ट्यूब वाली टायर बरी पडतात. आपण ट्यूब लेस टायर घेतो आणि केंव्हातरी समोरच्या चाकात हवा कमी वाटते म्हणून दुकानात गाडी नेतो. दुकानदार म्हणतो, साहेब आठ पंचर आहेत. ८०० रु होतील. कां, ट्युब टाकू, ३०० रु ची ? आपण मनात वजाबाकी करतो, आणि फायदा दिसल्यावर, म्हणतो 'ठीक है, ट्युब डालो, लेकिन अच्छे कंपनीवाला डालो'. मग, आताच ट्युब लेस च्या ऐवजी ट्युब वाले टायर घ्यायला काय हरकत आहे ? किंमतीत बऱ्यापैकी फरक असतो.

नुकताच आपल्याकडे 'नो हॉर्न' डे झाला. परदेशासारखी आपल्याकडे पण हॉर्न वर बंदी येणार, हे नक्की. सध्या रस्त्यावर

उलटीकडून गाडी आणली, तर ६ महिने साधी कैद आहे. आज -न- उद्या हॉर्न वाजवला, तर १ महिना कैद नक्कीच होणार. त्यापेक्षा हॉर्न काढूनच टाकला तर काय हरकत आहे.

गाडीला मोबाईल चार्जर आहे. गाडी चालवतांना फोनवर बोलणं तुझ्या तत्वात बसत नाही. त्यामुळे तू तो कधीच वापरणार नाही. तो पण काढून टाकू.

या गाडीत स्पीडोमीटर आणि पेट्रोल चे गेज वेगळे वेगळे आहेत. तू गावामध्येच गाडी वापरणार आणि तुझा स्पीड मी २० - ३० च्या वर मी कधीच बघितला नाही. तुझ्या मागून रोड - रोलर आला, तरी तू त्याला हातानी खूण करून, पुढे जा असे सुचवतो. तुला स्पीड, २० आहे, कां २५ आहे, कां ३० आहे, याच्याशी काहीच देणेघेणे नसते. मग हे बघायला स्पीडोमीटर ची काय गरज आहे. तो काढून टाकू.

मित्र : पॉईंट पटण्यासारखे आहेत. संध्याची गाडी मी साधारण ३ वर्ष वापरतो होतो.

वळताना साईड इंडिकेटर मी कधीच दिला नाही. आपल्याकडे इंडिकेटर देऊन वळणारी माणसं बोटावर मोजण्याइतकीच असतील. आपल्या समोरच्या गाडीचा डावा इंडिकेटर सुरु दिसतो, म्हणूनआपण गाडी उजव्या बाजूला घेतो आणि समोरचा उजवीकडेच वळतो. काही वेळा समोरच्या गाडीचा उजवा इंडिकेटर सुरु असतो आणि मागे बसलेल्या मॅडम डावीकडे हात दाखवत असतात. काही जणांचा डावा इंडिकेटर कायमच सुरु असतो. त्यामुळे, समोरचा आता डावीकडे वळणार - का वळणारच नाही - का उजवीकडे वळणार, याचा अंदाज लावूनच, मागच्यांनी गाडी चालवायची असते. त्यामुळे साईड इंडिकेटर नाही घेतले तरी चालण्यासारखे आहे.

गाडीच्या वजनामुळे मेन स्टॅन्ड वर गाडी लावायला मला कधीच जमले नाही. पूवी बजाज - लॅम्ब्रेटा या गाड्या असतांना, साईड स्टॅन्ड चा शोध लागला नव्हता. त्यामुळे मेन स्टॅन्ड वर गाडी लावतांना दमछाक व्हायची, पण पर्यायच नव्हता. आता साईड स्टॅन्ड सोयीचे आहेत, मग मेन स्टॅन्ड घ्यायचा कशाकरता ?

साईड च्या आरशातून मी मागचे कधीच बघितले नाही. रस्त्यावरचे खड्डे, उंचवटे, स्पीड ब्रेकर, कुठूनही येणाऱ्या गाड्या, कसाही रस्ता क्रॉस करणारी माणसं आणि इतर अडचणी बघता बघता मुश्किल होते, त्यात मागचे कधी बघू ? मागच्या आरशांची खरंतर आपल्याकडे काहीच गरज नाही.

गाडीच्या हेड लाईटचे अपर - डिपर चे बटन तर मी कधीच खाली - वर केले नाही. रस्त्यावर, इतर पण कुणी अपर - डिपर वापरत नाही. बहुतेक गाड्यांचे कायमच अपर चे बटन सुरु असते आणि त्यांचे हेड लाईट समोरच्यांच्या डोळ्यावर अंधारी आणत असतात. काही जणांना तर अपर - डीपर हा काय प्रकार आहे, हे पण माहित नसेल.

गाडीच्या स्पीडोमीटर वर गाडीचा वेग दिसतो, पण तो बघून आपण करायचे काहीच नसते. बर, स्पीडोमीटर बिघडला, तर आपण तातडीने कधीच तो दुरुस्त पण करत नाही. मग स्पीडोमीटर असला काय, अन नसला काय !

गाडीबरोबर मिळालेली टूल्स ची पिशवी कधीच मी उघडली नाही / आत काय काय आहे, हे पण मला सांगता येणार नाही. बरं, गाडीला स्पीडोमीटर नाही, किंवा आरसा नाही, म्हणून पोलिसांनी कुणाला पकडल्याचे पण बघितले नाही.

मित्र : या गोष्टींची गरज नाही, हे बरोबर आहे. तेवढंच गाडीचं वजन कमी होईल - एव्हरेज पण वाढेल. पण नवीन गाडीत हे कमी कसे करणार ? आतापर्यंत असं कुणी विचारलं पण नसेल !

मी : हे पार्टस काढायला सांगायचे. हे सगळे कमी केले, तर ५ - ६ हजार च्या आसपास किंमत कमी होईल आणि त्यावरचा १८ टक्के जीएसटी पण कमी होईल. सेल्समन ला सांगायचे. तुझी इच्छा असेल तर मार्ग सापडणार.

मित्राला हे एकदम पटले, त्यांनी सेल्समन ला विचारले. सेल्समनला हा प्रकार कल्पनेच्या बाहेरचा होता. मित्र म्हणाला, जी गोष्ट मी वापरणार नाही, ती मी कशाला घेऊ. तुम्ही हे पार्टस स्पेअर पार्ट मध्ये विका.

सेल्समन म्हणाले, जरा मॅनेजर ना विचारून येतो. मित्र म्हणाला - त्यांना सांगा, मंजूर असेल तर आताच गाडी बुक करतो.

सेल्समनला मित्राचे म्हणणे मनातून पटले होते, की, जे वापरायचेच नाही, ते घ्यायचेच कशाला. गाड्या विकण्याचे टार्गेट सेल्समन ला पूर्ण करायचे होते, आणि त्यांच्या मॅनेजर ला पण. सेल्समन आत गेले आणि मॅनेजर ना घेऊनच बाहेर आले.

मॅनेजर : तुम्ही म्हणता तसे आम्ही पार्ट काढून घेऊ. आम्ही ते स्पेअर पार्ट म्हणून विकू, आम्हाला काही अडचण नाही. आम्हाला साईड इंडिकेटर पूर्ण काढता येणार नाही, पण आम्ही आतला बल्ब काढून घेऊ. हेड लाईट मध्ये अपर - डीपर करता डबल फिलॅमेंट चा बल्ब असतो. त्यामुळे तो बल्ब पूर्णच काढावा लागेल. पण आमच्या वर्कशॉप मधला एखादा एक फिलॅमेंट गेलेला बल्ब तिथे लावून देऊ, आणि त्याचे पैसे घेणार नाही. गाडीचे आरसे आम्ही काढून घेऊ, वर्कशॉप मध्ये काही जुन्या डिझाईनचे आरसे पडून आहेत, ते तुमच्या गाडीला लावून देऊ फ्री मध्ये. गाडीचे स्पीडोमीटर/ केबल काढून घेऊ आणि वर्कशॉप मधले एखादे बिघडलेले तिथे लावून देऊ. मॅनेजर नि कॅल्क्युलेटर बाहेर काढला आणि मित्रासमोर धरला आणि बऱ्याच बेरजा - गुणाकार केले. सर, सगळे मिळून टॅक्ससकट ६२५० कमी होतील. म्हणजे उरलेले ५०००० भरा, आणि गाडी घेऊन जा.

मित्रानी डील फायनल केले. मॅनेजर बरोबर मस्त चहा झाला. किंमत कमी करण्याची एकदम आगळी - वेगळी आयडिया दिल्याबद्दल मॅनेजर नी मित्राचे आभार मानले.

मित्र : गाडी घ्यायला किती दिवसांनी येऊ.

मॅनेजर : सर, आता दिवसांचा जमाना गेला. पैसे भरा, गाडी पसंत करा आणि लगेच टेम्परररी नंबरप्लेट लावून गाडी घेऊन जा.

मी , मित्राला : अरे, तुझ्या मोबाईलवर गुगल पे ॲप आहे ना. लगेच पैसे ट्रान्सफर कर, गाडी घेऊनच जाऊ.

मॅनेजर नी मित्राच्या हातात चावी दिली, गाडीला हार घातला, गिफ्ट म्हणून ५०० रु चा वायरलेस स्पीकर दिला.

मित्र म्हणाला बघ, बार्गेनिंग छान झाले. मला गाडी पण आवडीची मिळाली. या वायरलेस स्पीकर चा मला फार उपयोग नाही, तुला गाणी म्हणायचा शौक आहे, हा तुझ्याकडेच ठेव.
'इच्छा असेल तर मार्ग सापडतो' या म्हणीची आज प्रचिती आली. इच्छा शक्ती प्रबळ असेल, तर अस्तित्व आपल्याला मार्ग पण दाखवतं आणि इच्छित वस्तू पण मिळवून देतं, हे नक्की.

दुकानाला बाय करून, आम्ही नवीन गाडीवर घराकडे निघालो. गाडीचे सस्पेन्शन मस्तच आहे, त्यामुळे रस्त्यावरचे खड्डे - उंचवटे जाणवत नव्हते. गाडी सुरु आहे का नाही, हे न समजण्याइतका इंजिनचा आवाज कमी होता. आता जातांना गाडीचा स्पीड बघायचा नव्हता, वळतांना कुठेच साईड इंडिकेटर द्यायचा नव्हता आणि हॉर्न पण वाजवायचा नव्हता.

आवडेल असा साधा विचार :

छोट्या छोट्या गोष्टींवरून आपण बरेच जण अधूनमधून किंवा नेहमीच नाराज होत असतो आणि ताणतणावात जात असतो.

एक साधा विचार केला तर आपण हे सहज टाळू शकतो. काय आहे तो विचार --

'नाराज वो लोग हुआ करते है, जिनके पास दिमाग नही होता'

फॅशनची हुडहुडी

गेल्या आठवड्यात प्रभात रोडला बायकोच्या दातांचं दाखवायला डेंटिस्ट कडे जात होतो. सकाळचे ९ - ९.३० वाजले असतील. थंडीचा महिना असल्यामुळे, चांगलीच थंडी होती. स्कुटरवर जायचं, म्हणून आम्ही स्कार्फ - स्वेटर अशा तयारीनीच निघालो होतो. संध्या रस्त्यावर ट्रॅफिक इतका फास्ट असतो, की, बाजूनी कोण जातोय, समोर कोण जातोय, हे बघताच येत नाही. आणि बायको मागे बसलेली असेल, तर, काही बघण्यासारखं असलं, तरी ते बघता येत नाही, किंवा मी काहीच बघत नाही, असंच दाखवावं लागतं. लॉ कॉलेज रोड ला लाल सिग्नल लागल्यामुळे ट्रॅफिक स्लो झाला.

माझ्या समोर एक मोटर सायकल होती. मागच्या सीटवर दोन्हीकडे पाय टाकून, साधारण ४ - ५ वर्षाची छोटी मुलगी बसली होती, आणि थंडीमुळे ती चक्क कुडकुडत होती. गाडी चालवणारी व्यक्ती बहुदा तिचे वडील असावेत. त्यांनी व्यवस्थित कोट घातला होता. कारण बाईक आणि थंडी, म्हणजे कोट पाहिजेच. कोटाची उब घेण्याकरता मागे बसलेली छोटी मुलगी त्यांना बिलगून बसायचा प्रयन्त करत होती. पण वडीलांच्या पोटाचा घेर बऱ्यापैकी मोठा असल्यामुळे, तिला ते जमत नव्हते आणि त्यामुळे तिला उब घेता येत नव्हती. आपोआपच माझं लक्ष तिच्या कपड्यांकडे गेलं. बघितलं, तर तिच्या अंगात फॅशनेबल असा अगदी पातळ कापडाचा फ्रॉक होता. मध्यंतरी स्लीव्ह लेस ची फॅशन होती, आणि आता त्याच्या पुढची पायरी म्हणजे शोल्डरलेस ची फॅशन आहे. तसाच काहीसा शोल्डरलेस आणि नो बॅक चा तिचा फ्रॉक होता. थंडी असूनही पायात सलवार किंवा फुलपॅन्ट नव्हती, पाय उघडेच होते. पायात मात्र फ्रॉक ला मॅचिंग बूट आणि मोजे होते. साहजिकच नवल वाटलं, की, एवढ्या थंडीत असे कपडे का घातले असावेत ! बिचारीला थंडीमुळे हुडहुडी भरली होती. एक उत्सुकता म्हणून, मी ही शंका मागे बसलेल्या बायकोला विचारली.

बायकोकडून स्टँडर्ड उत्तर आलं, “तिचे वडील आहेत ना बरोबर ! तुम्ही समोर बघून आपली गाडी चालवा”.

कालचं आपण पेपरमध्ये वाचलं, अपघात टाळायचे असतील तर, “एका वेळेस एकच काम करा / गाडी चालवत असाल, तर इकडे तिकडे स्वैर पाहू नका / गाडी चालवत असाल, तर मोबाईल वर बोलू नका, आणि मोबाईलवर बोलत असाल, तर त्यावेळेस गाडी चालवू नका”.

आणि याउपर तुम्हाला बघायचच् असेल, तर इथे कोपऱ्या कोपऱ्या वर छोटी छोटी मंदिरे आहेत, ती बघा.

मी सवयीप्रमाणे “थँक यु” म्हणालो.

सिग्नल जवळ समोरची बाईक थांबली. मी पण बाजूलाच थांबलो. बाईकवर माणसाच्या समोर त्यांचा मुलगा बसला होता. तो मात्र कपड्यांमध्ये पूर्ण पॅक होता. फुल पॅन्ट, अंगात स्वेटर, डोक्यावर कॅप

वगैरे. त्या माणसाला उपदेश करण्यात काहीच पॉईंट नव्हता. आणि, तसही म्हणतातच, की, सिनियर सिटीझन झाल्यानंतर कुणालाही उपदेश करू नये. एकतर उपदेश ऐकायला कुणाला वेळ नसतो, उपदेश ऐकण्याच्या कुणी मनस्थितीत नसतो, आणि तिसरं म्हणजे, देणाऱ्याचा उपदेश आऊटडेटेड पण असू शकतो. अगदीच राहवत नसेल, तर फक्त स्वतः ला उपदेश करावा, किंवा तो डायरीमध्ये लिहावा.

थियरी कितीही छान असली, तरी, "दिल है के मानता नही", असे प्रत्येकाचेच होते. विचार केला, की, सेफ्टीबद्दल तरी त्यांना सांगायलाच पाहिजे. अनायसे त्यांची गाडी शेजारीच होती.

मी : दादा, मागे मुलीला नीट धरता येत नाही आहे, मधून मधून मागे लक्ष ठेवा.

त्यांनी हो - हो म्हणत मान माझ्याकडे वळवली. आणि लक्षात आलं ,की, हा तर मित्राचा मुलगा ! त्यानी पण मला ओळखलं आणि नमस्कार केला. माझ्यामधलं उपदेशाचं मशीन आपोआपच सुरु झालं.

मी : अरे, ती थंडीनी कुडकुडतेय. स्वेटर विसरला का आणायला ? आणि पायात पण काही नाही.

मुलीचे वडील : काका, स्वेटर कसा विसरेन ? बाबा पण मागे लागले होते, तिला स्वेटर घाल म्हणून. पण बायकांना पटलं पाहिजे ना ! त्यांच्या फॅशन मध्ये स्वेटर बसत नाही. एका लग्नाला चाललोय. बायको पाहुण्यांबरोबर रिक्षानी येते आहे. लग्नात सगळे मुलीच्या ड्रेस चे कौतुक करतील, म्हणजेच बायकोच्या सिलेक्शन चं कौतुक होईल. ड्रेस कुठे घेतला ? कधी घेतला ? केवढ्याचा आहे ? हीला खूपच गोड दिसतोय ! तुझ्या साडीला अगदी मॅच होतोय, वगैरे, वगैरे.

खास लग्नाकरता कालच हा ड्रेस आणलाय. आणि तिथे बदलायला असेच अजून दोन ड्रेस बरोबर घेतले आहेत.

तेवढ्यात आसपासच्या गाड्या सुटायला लागल्या, त्यावरून समजले, की, लाल दिव्याची वेळ संपत आली आहे. ५ -६ सेकंद शिल्लक असले, तरी, लोक आजूबाजूचा अंदाज घेत, सुटतातच. आमचे अच्छा - बाय झाले.

हिरवा दिवा लागला आणि आम्ही पण सुटलो. तो यंगस्टर च्या स्पीडनी निघाला आणि मी सिनियर सिटीझन च्या स्पीडनी निघालो.

बायकोनी दिलेल्या सल्ल्याप्रमाणे, मी रस्त्याच्या कोपऱ्यावर कुठे देऊळ दिसते कां ? ते बघायला लागलो. आणि सिग्नल क्रॉस केल्यावर, लगेचच डावीकडे छोटे मंदीर दिसले.

मी स्कुटर साईडला थांबवून, दोन मिनिटात येतो, असे बायकोला सांगून, मंदिराजवळ गेलो.

देवासमोर हात जोडून, “धन्यवाद, थँक्यू” असं म्हणालो.

देवाचे डोळे थोडे किलकिले झाल्यासारखे वाटले, आणि ऐकू आलं, “कशाबद्दल” ?

मी : वर्षाच्या १२ महिन्यांमध्ये, तू ४ महिने उन्हाळा तयार केला, त्याबद्दल. आयांच्या फॅशन पायी छोट्या मुलींना वर्षांमधले तेवढे ४ महिने तरी थंडीची हुडहुडी भरत नाही.

देवानी डोळे पुन्हा किलकिले केले आणि ऐकू आले, “वेलकम” .

देवासमोर मी पुन्हा हात जोडले, आणि निघालो.

पेपरमध्ये वाचल्याप्रमाणे, ‘एका वेळेस एकच काम / गाडी चालवत असाल तर, इकडे तिकडे स्वैर पाहू नका / गाडी चालवत असाल, तर मोबाईल वर बोलू नका, आणि मोबाईलवर बोलत असाल, तर त्यावेळेस गाडी चालवू नका’, या मंत्रांची मी मनामधे उजळणी केली, आणि आता हे तंतोतंत पळायचेच, असे मनात ठरवून, मी गाडी सुरु केली.

तसं म्हटलं, तर स्त्रियांमध्ये फॅशन ची क्रेझ आपल्याकडे फार पूर्वीपासून आहे. पण तेव्हा रंगसंगती, कलाकुसर यावर भर असायचा. नंतर पाश्चिमात्यांची फॅशन सिनेमावाल्यांनी नट - नट्यांमध्ये आणली. पण ती बऱ्यापैकी सिनेमागृहात सीमित असायची. टीव्ही चा जमाना आला, घराघरात टीव्ही पोहोचला. जाहिराती वाढल्या, शोज वाढले, आणि फॅशन मधे अंग प्रदर्शनाचं विषारी बी, बेमालूमपणे, कसं आणि कुणी पेरलं, हे समजलंच नाही. टीव्ही मधली अंगप्रदर्शनाची फॅशन आता घराघरात अवतरली. आता अंगप्रदर्शन म्हणजेच फॅशन, हेच समीकरण झाले आहे.

सध्या स्त्री सुरक्षिततेचा मोठा प्रश्न निर्माण झाला आहे, त्यामध्ये या आधुनिक फॅशन चा पण मोठा वाटा आहेच !

ग्लॅमर च्या दुनियेत अंगप्रदर्शन किती पुढे न्यायचं, हे प्रोड्युसर ठरवणार / ग्लॅमर आणि पैसा दिसत असला, तरी आपण अंगप्रदर्शन कुठे थांबवायचं, हे मॉडेल्स ठरवणार / आपण अनुकरणाची "री" कुठपर्यंत ओढायची, आपण कुठे डोळे बंद करायचे, हे मात्र आपल्याला ठरवायचे आहे.

पण एक मात्र नक्की - फॅशन मुळे हुडहुडी ही भरतेच - भरते !!

आयांची फॅशन - छोट्या मुलींना हुडहुडी

स्त्रियांची फॅशन - नवऱ्यांना हुडहुडी

युवतींची फॅशन - पुरुष जातीला हुडहुडी

एक छान विचार :

घरामध्ये वादावादी होण्याकरता एखादी छोटीशी ठिणगी पण पुरेशी असते. आणि हीच बारीकशी ठिणगी पुढे मोठं रूप धारण करते, ताण-तणाव निर्माण करते.

घरामध्ये केव्हाही अशी बारीकशी ठिणगी दिसली की -
चूक नसतानाही केवळ वाद टळावा म्हणून घेतलेली माघार हे संयमाचे मोठे प्रतीक आहे.

पहाटेचे स्वप्न -- वाहतूक

आज रोजच्या प्रमाणेच सकाळी फिरायला बाहेर पडलो. बायको मुलीकडून दुपारी येणार होती, त्यामुळे बाहेरचं चहा, असा प्लॅन ठरला. फिरतांना फक्त समोर बघून चालायची रोजचीच सवय लागल्यामुळे, आज फिरतांना, जरी बायको बरोबर नव्हती, तरी मान इकडे- तिकडे फिरायला तयार नव्हती. मारुती मंदिराजवळ पोहोचलो आणि मंजूळ स्वरातली हाक ऐकू आली - काका, या चहा प्यायला. बऱ्याच गॅप नंतर, आमच्या

मॉर्निंग वॉक मैत्रिणी मनवा - मेघना आज भेटत होत्या. बाजूच्या दुकानातून लगेच चहाचे ग्लास हातात आले. गप्पा सुरु झाल्या. तेवढ्यात मनवा म्हणाली - काका, समोर भारद्वाज पक्षी बघा. आज नक्कीच काहीतरी चांगले घडणार.

मी : माझापण हाच अनुभव आहे. आमच्या बागेत, सकाळी रोजच भारद्वाज दिसतो आणि रोजचाच दिवस छान जातो. आज तुम्ही पण भेटल्या मुळे, आज काहीतरी एक्स्ट्रा चांगले असणार !

मेघना : काका कंपाऊंड च्या गेटवर बसलेला भारद्वाज बघितला, तर स्वप्नामध्ये देव येतो असे म्हणतात. कधी दिसला, तर तुमचा अनुभव सांगा, आणि त्यावर लिहा.

थोड्या गप्पा - टप्पा झाल्या आणि बाय करून आम्ही आपापल्या दिशेला निघालो.

आज मनवा आणि मेघना भेटल्यामुळे दिवस छान जाणारच होता, त्यामुळे भारद्वाज पक्षानी आज सुटी घेतली, तरी चालण्यासारखे होते. रोज फिरून आल्यानंतर, माझी बागेत चक्कर असते आणि तेव्हाच, चिक्कूच्या झाडावर किंवा जमिनीवर चालतांना मला भारद्वाज दिसतोच. मी लगीच बायकोला हाक मारून, पक्षी बघायला सांगतो. तिचा दिवस चांगला गेला, तरच माझा जाणार, हे पक्के असते.

आज खरोखरच भारद्वाज पक्षानी सुटी घेतली होती. उद्या सकाळी भारद्वाज नक्की गेट वर बसलेला दिसणार, हा विचार दिवसभर डोक्यात घोळत होता.

नेहेमीप्रमाणे, दुसऱ्या दिवशी आम्ही सकाळी फिरायला बाहेर पडलो. फिरून परत आलो, आणि गेटवर चक्क भारद्वाज ! मी लगेच हात जोडून नमस्कार केला व त्याला थँक्स म्हणालो. बघता बघता पक्षी उडून गेला. म्हणजे आज रात्री स्वप्नात देव येणार हे नक्की.

स्वप्न पडणं, हे एक कोडंच आहे. ठरवून ती कधी पडत नाहीत आणि न ठरवून ती थांबत पण नाहीत. स्वप्न सुंदर असेल, का भयदायक असेल, का असंबध्द असेल, हे पण आपल्या हातात नसतं. काहीही असो, पण आज रात्री स्वप्नात देव येणार, हा विचार दिवसभर मनात डोकावत होता.

नेहेमीप्रमाणे रात्री ११ ची गाणी ऐकता ऐकता, केंव्हा झोप लागली, ते समजलेच नाही.

कुणीतरी मला झोपेतून उठवत होतं, असं मला जाणवलं. कुणीतरी प्रेमानी हाक मारतंय, असं वाटलं आणि मी उठलो. बघतो तर समोर साक्षात परमेश्वर. मी लगेच उठून देवाला नमस्कार केला.

मी : देवा, तुम्ही मला सगळ्याच आवश्यक गोष्टी भरभरून दिल्याबद्दल, मी तुमचे खूप खूप आभार मानतो. तुमची कृपा सगळ्याच प्राणीमात्रांवर असू द्या.

देव : मी समोर न दिसता सुद्धा, लोक माझ्या मूर्तीसमोर उभे राहून, मागण्यांची यादी वाचत असतात. आणि मी तुझ्या समोर असूनही, तू काहीच मागत नाहीस ! चल माग, काय काय पाहिजे ?

मी : मला खरोखरच काहीही नको. ज्यांना खरी गरज आहे, त्यांनाच माझ्याऐवजी द्या !

देव : अरे तुझ्या मित्रांकडे, नातेवाईकांकडे दोन दोन - तीन तीन फ्लॅट्स आहेत, परदेशी गाड्या आहेत. तू अजूनही वडिलांनी ४० वर्षांपूर्वी बांधलेल्या घरात राहतोस, भारतीय छोटी कार वापरतो. माग, तुला मागायला खूप स्कोप आहे.

मी : मला खरंच काहीही नको, सगळं मस्त चाललंय.

देव : तुझ्या मनात काहीतरी मागायचे आहे, हे नक्की. पण, मागू का नको असं तुला होतंय !

मी : देवा, तुमच्यापासून काहीच लपू शकत नाही, हेच खरं. खरंच मागू का ?

मी : रोज दिवसभरात, खूप मनाला खटकणाऱ्या गोष्टी घडत असतात. त्या सुरळीत करता आल्या, तर सगळ्यांचेच जीवन आनंदाचे होऊ शकेल. रस्त्यावरची जीवघेणी वाहतूक, भ्रष्टाचाराच्या घटना, अन्नपदार्थ - औषधे यामध्ये भेसळ, पैशांकरता आणि फॅशन च्या नावाखाली नट - नट्यांनी आणि सगळ्यांनीच सुरु केलेले अंग प्रदर्शन आणि त्याचे दुष्परीणाम, स्त्रियांवर वाढणारे अत्याचार, टीव्ही / मोबाईलचा अतिरेक आणि मुलांवर त्याचे दुष्परिणाम, अशी बरीच मोठी यादी आहे.

देव : तुझे म्हणणे अगदी रास्त आहे. मी मनुष्याला बुद्धी दिली आहे. काय चांगले - काय वाईट हे त्याला समजते. तुम्ही लोक बुद्धी गहाण ठेवता. मी आणि माझे, यातंच तुमचं आयुष्य खर्ची पडतं, मी यात काय हस्तक्षेप करणार ! आणि हे कलियुग सुरु आहे, यामध्ये, या अशा गोष्टी घडणारच. माझा पुढचा आणि शेवटचा 'कल्कि' हा अवतार आहे, त्याचाच हा पूर्व रंग आहे, असे पण सांगता येईल.

मी : सगळे लोक नेमून दिलेले कायदे कानून पाळतील, एवढा जरी धाक तुम्ही निर्माण केला, तर सगळेच आनंदात राहू शकतील.

देव : ठीक आहे. आपण एक एक विषय घेऊ. मी काय करायचे, ते तू मला सांगायचे. कुठलेही कायदे - कानून मोडता कामा नयेत, जे चांगल्या मार्गानी जात आहेत, त्यांना त्रास होता कामा नये. योजलेले उपाय, योग्य जागी चिमटा बसेल इतपतच कठोर असावेत. पहिला विषय 'जीवघेणी वाहतूक' हा घे. मी काय करावे, ते एका कागदावर लिही आणि कागद घडी करून झोपताना देवघरात ठेव. मला सगळे मुद्दे पटत असतील, तर सकाळी तुला कागद उघडलेला दिसेल व त्याच दिवशी, सकाळ पासून माझी कार्यवाहीची पूर्वतयारी तुला दिसेल. आणि नंतरच्या दिवशी, सकाळी ८ वाजता अंमलबजावणी सुरु होईल. फक्त एक महिना असे सुरु राहील.

जर लिहिलेले मुद्दे मला पटले नाहीत, तर कागद बाजूला केलेला दिसेल. तुला पुन्हा लिहावे लागेल. गुड नाईट अँड गुड मॉर्निंग.

सकाळी नेहेमीप्रमाणे रात्रभर सुरु असलेल्या रेडिओ स्टेशन च्या मंजुळ स्वरांनी मला जागे केले. आज एकदमच फ्रेश वाटत होते. सकाळी बागेत भारद्वाज पक्षाचे दर्शन झाले. दिवस मस्त गेला. ठरल्याप्रमाणे मी कागद तयार केला आणि झोपण्यापूर्वी देवघरात ठेवला.

दुसऱ्या दिवशी सकाळी लवकरच जाग आली. देवघरात जाऊन बघितले, तर 'अहो आश्चर्यम्'. कागद उघडलेला होता. कधी नव्हे, तो सकाळी आपणहून मी लवकर उठणे, उठल्यावर देवघराकडे जाणे, असे 'अहो आश्चर्यम्' धक्के बायकोला पण बसले होते. सकाळचा चहा घेऊन आम्ही फिरायला बाहेर पडलो. सिटी मल्टिप्लेक्स वरुन, पुढे मेन रोडवर

आलो. नेहेमी सगळ्याच रस्त्यांवर विविध पक्षांचे अभिनंदनपर होर्डिंग असतात / वाढदिवसाचे होर्डिंग असतात, जाहिरात करणारे होर्डिंग असतात. कार्पोरेशन अधून मधून होर्डिंग काढण्याची कारवाई करत असते. पण पुन्हा होर्डिंग आपापल्या जागेवर येतच असतात. आज सगळी होर्डिंग जागेवरच होती, पण त्यावरचा सगळा मजकूर रातोरात बदललेला होता. सगळ्यांवर वाहतुकीविषयी माहिती दिसत होती, वाहतुकीचे नियम दिसत होते. एका मोठ्या होर्डिंग वर मजकूर असा होता --

रस्त्यावर आलेल्या सगळ्यांचेच स्वागत. पादचारी आणि वाहनचालक या सगळ्यांचेच जीव मोलाचे आहेत. रस्त्यावर असेपर्यंत, तुमची सुरक्षा, ही जबाबदारी आमची आहे. वाहतुकीचे नियम हे सगळ्यांवरच १०० टक्के बंधनकारक राहतील. नियम अगदीच मोजके आणि सोपे आहेत. नियम लक्षात कसे ठेऊ, असे टेन्शन घेऊ नका. रस्त्यांवरची सगळी होर्डिंग यापुढे फक्त वाहतूक नियम दाखवतील. इतर जाहिराती करण्याकरता, इतर माध्यमे वापरली जातील.

वाहतूक नियम --

१) लाल - हिरवा दिवा 'थांबा' आणि 'जा' सांगतो. ते पाळा

२) दाखवलेली स्पीड लिमिट बंधनकारक आहे. लिमिट ३० असेल तर वेग +/- ५ एवढाच चालेल .

३) रस्त्यावर वेडी वाकडी गाडी चालवू नका

४) झेब्रा मार्किंग वर वाहने थांबवू नका. अलीकडेच / मागेच थांबवा

५) गाडी चालवतांना मोबाईलवर बोलू नका

६) फुटपाथवर वाहन चालवू नका

७) रस्त्यांवर उलट दिशेनी वाहन चालवू नका

८) स्वतःच्या डोक्याची काळजी वाटत असेल तर हेल्मेट वापरा - सीट बेल्ट वापरा.

काही लोकांना होर्डिंग मधला हा बदल लक्षात आलेला दिसत नव्हता. पण काही ठिकाणी घोळके जमायला लागले होते. थोडं पुढे गेल्यावर एलबीएस रोड लागला. ठिकठिकाणी स्पीड लिमिट ३० किमी असे बोर्ड दिसत होते. एका मोठया होर्डिंगवर काल बऱ्याच स्थानिक

नेत्यांचे फोटो होते, आज त्याची बॅक ग्राउंड फिकट पिवळी झाली होती व त्यावर असा मजकूर होता --

रस्त्यावर सगळ्यांचे स्वागत. नियम पाळा आणि सुरक्षित घरी पोहोचा / ऑफिसला पोहोचा / कामाच्या ठिकाणी पोहोचा.

१) सिग्नल तोडला, तर सर्व अंगाला खाज सुटू शकते आणि गाडी चालवणे अशक्य होऊ शकते

२) वेग मर्यादा तोडली / वेडी वाकडी गाडी चालवली, तर डोळ्यासमोर अंधारी / चक्कर येऊ शकते. गाडी साईड ला उभी करा. १०-१५ मिनिटांनी अंधारी जाईल.

३) झेब्रा मार्किंग वर गाडी उभी केली, तर उलटी होऊ शकते आणि कपडे खराब होऊ शकतात

४) गाडी चालवतांना मोबाईल वर बोलला, तर एकसारख्या शिंका येऊ शकतात, किती वेळ, ते सांगता येत नाही

५) फुटपाथवर गाडी घातली, रस्त्यावर उलट्या दिशेनी गाडी घातली / नो एंट्री मध्ये गाडी घातली, तर गाडी बंद पडेल व १० मिनिटे तरी सुरु होणार नाही .

६) पादचारी मंडळींना पण काही बंधने पाळणे, आता बंधनकारक राहील. मनमानेल तसा वावर, आता रस्त्यांवर करता येणार नाही. सिग्नल बघून रस्ता ओलांडा / झेब्रा मार्किंग वरूनच रस्ता ओलांडा. जिथे फुटपाथ आहे, तिथे फुटपाथवरच चालायचे आहे. असे न
केल्यास पायात गोळे येऊ शकतात. किती वेळ पाय दुखेल हे सांगता येत नाही.

अशाच आशयाची होर्डिंग ठिकठिकाणी दिसत होती. सिग्नल नेहेमीप्रमाणे लाग - वीझ होत होते आणि वाहन चालक नेहेमीच्या मस्तीत गाड्या मारत होते. रस्ता क्रॉस करणारे मुठीत जीव घेऊन, इकडे - तिकडे जात येत होते. नेहेमीप्रमाणे सगळ्यांचीच रस्त्यावर मनमानी सुरु होती. चालणारी बरीच मंडळी नवीन होर्डिंग वाचण्यात मग्न होती, पण त्यांना काहीच उलगडा होत नव्हता, की, होर्डिंग कुणी बदलली आणि हा सगळा काय प्रकार आहे ? बाजूच्या पानपट्टीजवळ उभे राहून लोक पेपर

बघत होते. सगळ्याच पेपरमध्ये फ्रंट पेज वर होर्डिंग वरची माहिती छापून आली होती. पेपरमध्ये ही माहिती कोणी छापली, हे कोडे पेपरवाल्यांना पण पडले असणार ! त्या दिवशी संध्याकाळी, मी मुद्दाम चौकात चक्कर मारली. सकाळ ची काही होर्डिंग काढून, पुन्हा तिथे नेहेमीची वाढदिवस / अभिनंदन अशी होर्डिंग आली होती. टीव्ही च्या बातम्यांमध्ये ह्या सगळ्या बातम्या येत होत्या, पण हे कसे घडले आणि या मागे कोण ? हे कोडे च राहिले होते.

दुसऱ्या दिवशी आम्ही नेहेमीप्रमाणे सकाळी फिरायला बाहेर पडलो. करिष्मा वरून पुढे मेन रोड वर आलो. आणि चौकामध्ये डावीकडे फुटपाथवर उभे राहिलो. मी घड्याळात पाहीले. ८ला १० मिनिटे कमी होती. मी मनामध्ये १० मिनिटांचा काउंट डाऊन सुरु केला. वाहतुकीची मनमानी नेहेमीप्रमाणे सुरु होती. आश्चर्य म्हणजे काल दुपारी बदललेली होर्डिंग पुन्हा वाहतुकीचे नियम दाखवत होती. सगळ्या पेपरच्या फ्रंट पेजवर कालच्याप्रमाणेच पुन्हा वाहतूकनियम आले होते.

घड्याळात ८ वाजले आणि सिग्नल तोडून जाणाऱ्या, तीन टू व्हीलर आणि एक कार थोड्या पुढे येऊन थांबल्या होत्या. चालवणारे खाली उतरून आंग खाजवत होते. अजून गर्दी तशी तुरळकच होती आणि हळू हळू वाढत होती. झेब्रा मार्किंग वर थांबलेल्या कार ड्रायव्हर ला उलटी झाली. काच खाली करेपर्यंत उलटी कपड्यांवर झाली असावी. नवरा बायको बसलेली स्कुटी झेब्रा मार्किंग वर थांबली आणि चालवणाऱ्या बायकोला उलटी झाली. नवरा खुश झाला आणि त्यानी बायकोचे अभिनंदन केले.

गाडीवर मोबाईलवर बोलणाऱ्यांना शिंका सुरु झाल्या. दोघींचे मोबाईल खाली पडले. रस्त्यावर थोडी गर्दी वाढली, म्हणून एकानी आपली बाईक आम्ही उभे होतो तिथे फुटपाथवर घातली. आणि लगेचच तो थांबला. तेवढ्यात बाजूचा पानपट्टीवाला त्याला म्हणाला, “दादा, फुटपाथवर बाईक चालवू नका, गाडी बंद पडेल ”. बाइकवाल्यानी त्याला मुर्खात काढले आणि बाईकला किक मारली. किक वर किक मारतोय, पानपट्टीवाल्यावर चिडून किका मारल्या, पण गाडी सुरु कुठे होतेय ! आता तो घाबरला आणि मुकाट फुटपाथवरून खाली उतरला. मी त्यांना

म्हटलं - दादा, १० मिनिटे शांत बसा, पाय दुखले असतील. १० मिनिटांनी गाडी सुरु होते असं पेपरला आलयं.

आम्ही गणपती मंदिराकडे चालायला लागलो. बरेच पायी चालणारे फुटपाथवर बसलेले दिसत होते. मी एका आजोबांना विचारलं - आजोबा बरे वाटत नाही का ? ते म्हणाले पायात गोळे आले आहेत. होर्डिंग्ज वर लिहिल्याप्रमाणे, आता चालणाऱ्यांनी पण चालायचे नियम पाळायला पाहिजेत. स्पीडनी गाड्या मारणारे साईडला थांबले होते. सिग्नल तोडून सुटणारे, बाजूला थांबून, पाठ - हात - पाय खाजवत होते. शिंकांनी घामाघूम झालेल्या एक मॅडम कार च्या बाहेर उभ्या राहून रिलॅक्स होत होत्या. शिंका थांबल्यावर, कार मध्ये बसतांना, त्यांनी मोबाईल मागच्या सीट वर फेकला आणि कार सुरु करून पुढे गेल्या. रस्त्यावर दोन प्रकारचे लोक दिसत होते. “ ह्या, असे कुठे नियम असतात का ?” म्हणणारे आणि नंतर शिंका -उलटी यांना जवळ करणारे. आणि दुसरे म्हणजे, पुढच्याला ठेच, मागचा शहाणा, हे समजून शांत पणे नियम पाळणारे.

स्वीट मार्ट चौकातून आम्ही पुढे गेलो. पुढे डावीकडे एक मोठी सोसायटी आहे. तिथून बाहेर पडणारे सगळे रस्त्यावरून उलटे मागे चौकापर्यंत येतात. आणि मग वळून पुढे जातात. आम्ही तिथे पोहोचलो आणि आतून एक भली मोठी कार बाहेर आली आणि वळल्यावर लगीच थांबली. तिथला वॉचमन पेपर घेऊन आला आणि म्हणाला, ’साब, उलटे मत जावं, गाडी बंद पडेगी ’. आम्ही बाजूला उभे राहून बघत होतो. गाडी खरंच बंद पडली होती. गाडी मालकानी बराच वेळ चावी फिरवली , नंतर बॉनेट उघडले. मी त्यांना म्हटलं - काका, काहीही करू नका, १० मिनिटे थांबा, गाडी आपोआप सुरु होईल, तसं आजच्या पेपर मध्ये दिलेले आहे. १० मिनिटे त्यांच्याशी गप्पा झाल्या. गाडी सुरु झाली. आता हा उलटा शॉर्ट कट चालणार नाही, असे म्हणून , बाय करून, काका निघाले.

दिवसभर असेच सगळे सुरु असावे. टीव्ही वर बातम्यांमध्ये सगळ्या चॅनल वर आमचे शहर झळकत होते. तब्येत ठणठणीत असणारे पण अचानक चक्कर आलेले, शिंका वाले, अंगाला खाज सुटलेले, अंगावर

उलटी झालेले, अचानक गाड्या बंद पडलेले, यांच्या मुलाखती, हेच चक्र सुरु होते.

तिसरा दिवस : पेपरच्या बातम्या

शहरातला जीवघेणा ट्रॅफिक आता सुखकर झाला आहे. पादचारी खुशीत आहेत.

चौथा दिवस

कार्पोरेशन नि युद्ध पातळीवर रस्त्यांवरचे सर्व स्पीड ब्रेकर आणि रम्बलर काढले. खड्डे बुजवणे जोरात सुरु झाले. सर्व लोक खुश. या सगळ्यांमागे कोण ? हा तपास जोरात सुरु, पण काहीही प्रगती नाही. राजकीय पुढाऱ्यांचे मार्मिक उत्तर - अरे भाई, सब लोग खुश है ना ! हम यही चाहते है. आप लोग आम खाते रहो, आप को पेड से क्या मतलब है !

पाचवा दिवस

गिनीज बुक मध्ये वर्ल्ड रेकॉर्ड ची दखल : “या शहरा मध्ये वाहतूक अपघात - शून्य”

हा अनुभव सांगण्याकरता मनवा आणि मेघना कधी भेटतात, याच्या 'मी' प्रतीक्षेत !

भारद्वाज पक्षी आता गेटवर कधी बसतो आणि दिसतो, याच्या “मी” प्रतीक्षेत ! आणि मी तयार केलेल्या यादीमधल्या पुढच्या आयटम करता, देव पुन्हा कधी स्वप्नामध्ये येतात, याच्या “मी” प्रतीक्षेत !

रस्ता क्रॉस करण्याची अशी पण एक मज्जा

मंडळी नमस्कार, घराच्या बाहेर पडलो, की छोटे - मोठे रस्ते क्रॉस करणे हे ओघाने आलेच. आपल्याकडे कुठलाही मोठा आणि खूप रहदारीचा रस्ता क्रॉस करायचा म्हणजे सगळ्यांच्याच अंगावर काटा उभा रहातो. घरातली मुलं किंवा वयस्कर जेव्हा काही कारणाकरता घराबाहेर पडतात, तेव्हा ते परत येईपर्यंत घरातले सगळेच काळजीत असतात. आणि याला कारण म्हणजे आपल्या इथली बेशिस्तितीत वावरणारी, आपणच तयार केलेली आपलीच रहदारी.

रस्ता क्रॉस करतांना पण काही गंमत होऊ शकते, काही मज्जा येऊ शकते, यावर खरंतर कुणाचाच विश्वास बसणार नाही. पण अशक्य वाटणाऱ्या गोष्टी पण शक्य होऊ शकतात, हे सांगणारा माझा अनुभव या

लेखात देत आहे. वाचायला नक्कीच आवडेल. आपल्याला पण असा अनुभव एकदातरी यावा, असे पण सगळ्यांना नक्कीच वाटेल . . . . .

नेहमीप्रमाणे आज सकाळी मुलीकडे बावधनला गेलो होतो. दुपारी ऋता (बायको) स्कूटर घेऊन तिच्या क्लासला गेल्यामुळे संध्याकाळी मला बसने कर्वेनगरला घरी जायचे होते. म्हणजे घरापासून चालत मेनरोडपर्यंत जायचं, आणि तिथून बसनी गुजराथ कॉलनी पर्यंत जायचं, तिथून चालत मार्केट क्रॉस करायचं, ऑटो पकडायची आणि घरी पोहोचायचं. संध्याकाळी पाच वाजताच इथून निघालो. आज बऱ्याच दिवसांनी म्हशी बरोबर बावधनचा रस्ता क्रॉस करायला मिळणार, म्हणून मनातून खुश होतो. चालत चालत मेन रोड पर्यंत पोहोचलो. आणि नेमकी आज म्हशीनी सुट्टी घेतलेली दिसत होती. म्हणजे आज जीव मुठीत धरूनच रस्ता क्रॉस करावा लागणार होता. तेवढ्यात मला, गेल्या भेटीत गणेशने (म्हशीबरोबरच्या मुलानी) दिलेला सल्ला आठवला. आणि मी भूतकाळात गेलो . . . .

गणेश : काका, कधी मी नसलो तर रस्ता एकट्याने क्रॉस करू नका. रस्ता क्रॉस करणारे बरेच जण असतात. जेव्हा कुणी क्रॉस करत असेल, तेव्हा त्याच्या बाजूनी चालत रस्ता क्रॉस करायचा. आणि बाजूनी चालणारी व्यक्ती लेडीजच पाहिजे, हे लक्षात ठेवायचे.

मी : लेडीजच कां ?

गणेश : काका, इथला ट्रॅफिक किती बेशिस्त आहे / जीवघेणा आहे, हे तुम्हाला सांगायला नकोच. माझा इथला रोजचा अनुभव सांगतो - आपल्या इथले गाड्या चालवणारे, अजूनतरी, समोर स्त्री दिसली तर गाडी थोडी स्लो करतात. आणि आपण त्याचाच फायदा घ्यायचा आहे .

मला गणेशचे हे म्हणणे पटले.

मी वर्तमानकाळात आलो.

झेब्रा क्रॉसिंग जवळ जाऊन उभा राहिलो. ट्रॅफिक नेहेमीप्रमाणेच सुसाट होता. कुणी लेडीज आली, की तिच्याबरोबर रस्ता क्रॉस करायचे

असे मनात ठरवले. तेवढ्यात डावीकडून घाईघाईत येणारी एक तरुणी दिसली. माझ्या बाजूला येऊन ती थांबली. यालाच मी रस्ता क्रॉस करण्याचा ग्रीन सिग्नल समजलो. रहदारीत थोडी गॅप दिसली आणि आम्ही रस्ता क्रॉस करायला सुरुवात केली, ती माझ्या बाजूबाजूनी रस्ता क्रॉस करायचा प्रयत्न करत होती आणि माझ्या स्पीड प्रमाणे पावले टाकत होती आणि मी तिच्या आडोशाने राहण्याचा प्रयत्न करत होतो. "मेड फॉर इच आदर" प्रमाणे एकमेकांकडे बघत बघत आम्ही व्यवस्थित पलीकडे पोहोचलो. मी मनात गणेशला धन्यवाद दिले.

मी जाऊन बस स्टॉप च्या बाकावर बसची वाट बघत बसलो आणि थोड्याच वेळात माझी बस आली. माझ्याबरोबरची तरुणी पण याच बसमध्ये पुढच्या दारातून चढली असे मला वाटले. बसमधे बरीच गर्दी होती. माझा पौड रोडकडे जाण्याचा बसचा प्रवास सुरु झाला. आता किनारा हॉटेलला उतरायचे आणि रस्ता क्रॉस करून गुजराथ कॉलनीतून पुढे जायचे, असा माझा पुढचा प्रवास होता.

स्टॉप ला उतरलो. चालत थोडा मागे रस्ता क्रॉस करण्याच्या स्पॉट ला आलो. इथे मेट्रोचे काम सुरु होते, त्यामुळे ट्रॅफिक विस्कळीत होता आणि गाड्या पण स्पीडनी जात - येत होत्या. इथे रस्ता क्रॉस करायला स्पेस कधीच नसते. म्हणजे आता जीव मुठीत धरणे आणि रस्ता क्रॉस करणे, हे ओघाने आलेच. आणि एकदम लक्षात आले, अरे, गणेशचा सल्ला इथे पण अमलात आणायलाच पाहिजे. सुरक्षिततेला पर्याय नसतो. मनाला एकदम पटले.

आता इथे रस्ता क्रॉस करायला कोण लेडीज भेटतेय याची वाट बघत, आजूबाजूला बघत उभा होतो. इथे पण पब्लिक आपापल्या सवयीप्रमाणे धावत - पळत रस्ता क्रॉस करत होती. मी मात्र माझ्या निर्णयावर ठाम होतो, आणि लेडीज ची वाट बघत होतो. काही वेळा आपल्याला आश्चर्याचा धक्का कसा बसतो, तो असा - बावधनला जी तरुणी माझ्याबरोबर रस्ता क्रॉस करायला होती, तीच घाईघाईने आली आणि माझ्या बाजूला उभी राहिली. रस्ता क्रॉस करायला ग्रीन सिग्नल मिळाला असे समजून, रस्ता क्रॉस करायला सुरुवात केली. मी त्या

तरुणीला गाईड समजत होतो, आणि ती बहुदा मला गाईड समजत होती. कारण आम्ही दोघं एकमेकांकडे बघत होतो आणि चालण्याचा स्पीड ॲडजेस्ट करत होतो. पलीकडे आरामात पोहोचलो. आजचा मोठे रस्ते क्रॉस करण्याचा कार्यक्रम इथे संपला होता. आता पुढे मार्केट मधून चालत जायचे आणि नंतर ऑटो पकडायची होती.

पलीकडे पोहोचलो आणि ---

बरोबरची तरुणी : काका, थँक्स

मी : कशाबद्दल ?

तरुणी : दोन्ही ठिकाणी रस्ता क्रॉस करायला मदत केल्याबद्दल.

मी (मनात) : खरंतर हे वाक्य मी हिला म्हणायला पाहिजे. मी हिला थँक्स द्यायला पाहिजेत.

तरुणी : काका, गावात बसनी येण्याची आणि रस्ता क्रॉस करण्याची पाळी फारच कमी वेळा येते. मी राहते बावधनला. तिथे मात्र बऱ्याच वेळा रस्ता क्रॉस करावा लागतो. पण तिथे म्हैस घेऊन एक मुलगा उभा असतो. म्हशीच्या आडोशानी रस्ता क्रॉस करण्याचे टेन्शन नसते. आधी तिथे म्हैस नसायची, तेव्हा मात्र रस्ता क्रॉस करतांना भितीच वाटायची.

काका, म्हशीबरोबर रस्ता क्रॉस करणं, यासारखं सुख नाही. तुम्ही एकदा हा अनुभव घेऊन बघा. मला ही कल्पनाच भन्नाट वाटते.

एक दिवस मी त्या म्हशीबरोबरच्या मुलाला विचारलं, अरे तुला ही आयडिया कशी सुचली ? मुलगा म्हणाला, मॅडम आयडिया माझी नाही. ज्यांनी मला ही आयडिया दिली, त्या काकांना मी ओळखतो, त्यांची मधून मधून भेट पण होते, पण त्यांचे नाव विचारावे, हे कधी सुचलेच नाही. मी रोज न चुकता, इथे आलो, की म्हशीला नमस्कार करतो आणि ही आयडिया देणाऱ्या त्या काकांना मनातून नमस्कार करतो. आता तर रस्ता क्रॉस करणारे पण रस्ता क्रॉस केल्यावर माझ्या म्हशीला वाकून नमस्कार करतात. मला यात चार पैसे मिळतात, आणि लोकांची थोडी सेवा पण माझ्याकडून होते. असो,

आज निघतांना आईनी बजावलं होतं, तुला पौडरोडला रस्ता क्रॉस करावा लागेल. तिथे म्हैस नसणार आहे. एकटीनी रस्ता क्रॉस करायचा

नाही. एखादा सिनियर सिटीझन, पण तरुण दिसणारा, क्रॉस करायला आला, तर त्याच्या बाजूबाजूने रस्ता क्रॉस करायचा. आपल्या इथले गाड्या चालवणारे, अजूनतरी, समोर सिनियर सिटीझन असेल, तर गाडी थोडी स्लो करतात. आणि आपण त्याचाच फायदा घ्यायचा आहे . थोडा वेळ वाट बघावी लागली, तरी हरकत नाही.

बावधनला आज नेमकी म्हैस नव्हती. म्हणजे इथे पण आईची सूचना पाळायलाच पाहिजे. रस्ता क्रॉस करणारे तिथे दिसत होते, क्रॉस करणारे सिनियर सिटीझन पण दिसत होते, पण आईनी दिलेल्या स्पेसिफिकेशन मधे बसेल असे कुणीच रस्ता क्रॉस करायला येत नव्हते. म्हणून मी बाजूच्या झाडाखाली वाट बघत उभी होते. तुम्हाला येतांना बघितलं आणि क्लिक झालं, “यस, धिस इज 'द' पर्सन”. आणि मी लगेच पुढे आले.

आणि माझं लक असं, की इथे पौड रोडला पण मला तुमची साथ मिळाली. म्हणून डबल थँक्स.

मी : माय प्लेझर, माय प्लेझर

मी (मनात) : आता हिला कसं सांगू, की खरंतर मीच हिला थँक्स म्हणायला पाहिजे.

एकमेकांना बाय बाय झाले, पुन्हा भेटू झाले आणि आम्ही आपापल्या मार्गाला लागलो.

छान आणि जरा रोमँटिक सल्ला दिल्याबद्दल मी मनातून गणेशचे आभार मानले. तरुणीच्या आईचे पण मी मनातून आभार मानले, कारण मी ज्या स्पेसिफिकेशन्स मधे बसतो, अशी क्रॉस करणाऱ्या माणसाची स्पेसिफिकेशन्स, त्यांनी मुलीला दिल्याबद्दल.

दुसऱ्याचे ऐकल्यामुळे 'रस्ता क्रॉस करणे' अशा रुक्ष वाटणाऱ्या बाबतीत पण अशी मज्जा येऊ शकते, हा आजचा नवीन अनुभव.

आणि या अनुभवामुळे माझ्या ज्ञानात पडलेली महत्वाची भर म्हणजे, आपल्या हितचिंतकांचे नेहेमी ऐकावे, आपण स्वतःला कितीही हुशार समजत असलो तरीही.

हितचिंतक आपला नवरा असू शकतो, बायको असू शकते, नातेवाईक असू शकतात, ओळखीचे असू शकतात, अनोळखी पण असू शकतात.

आता म्हैस नसतांना बावधनचा रस्ता क्रॉस करण्याची संधी पुन्हा कधी मिळते, आणि ती पण ह्याच बावधानच्या तरुणी बरोबर,
याच्या **मी** प्रतीक्षेत !!

एक सुचलेला विचार -

संध्या जमाना ब्रँडेड चा आहे. आपल्याला सगळेच म्हणजे अगदी चपलेपासून सगळे काही ब्रँडेड लागते.

पण याला थोडे दुय्यम महत्त्व देऊन जर आपण सगळ्यांनीच आपले 'विचार' कायम ब्रँडेड ठेवले तर काय मजा येईल.

ब्रँडेड विचार म्हणजे - अहंकार नाही / बोलण्यात आत बाहेर नाही - खोटे नाटे नाही / समोरचा दुखावल्या जाईल अशी वर्तणूक नाही / कुणाला फसवणे नाही / सगळ्यांबद्दल आदराची भावना आणि जमेल तशी सगळ्यांना मदत करण्याची इच्छा.

सिक्रेट ऑफ हॅपिनेस

असं म्हणतात, There is only one Happiness in this life, to love and be loved. Love is the master key that opens the gates of happiness.
आणि या करता जरुरी आहे - स्वतः वर प्रेम करण्यापासून सुरुवात करण्याची. स्वतः वर प्रेम करणारी व्यक्तीच सभोवतालावर प्रेम करू शकते आणि आनंद निर्माण करू शकते. Love yourself first, and every thing else falls into line.

आजच्या जगात सगळं काही मिळतं, पण आनंद मिळत नाही, असं म्हणतात. कारण आनंद हा कुठल्याही भौतिक वस्तुपासून मिळवता येत नसतो, तर तो माणसांपासूनच मिळवावा लागतो.

आपल्या आसपास माणसं खूप असतात, पण म्हणावं असं किंवा जवळचं असं, आपलं कुणीच नसतं. आणि हीच जवळ जवळ सगळ्यांचीच खंत असते. जवळची माणसं का नाहीत ? तर खरं प्रेम किंवा मनापासून प्रेम हे कुणी कुणावर करतच नाही किंवा असे प्रेम करणारे फारच थोडे थोडके असतात.

नवरा बायको राहतात एका घरात, पण relations dry असतात. आई वडील - मुलं /सुना - नातवंडं राहतात एका घरात, पण relations dry असतात. शेजारी - पाजारी राहतात आसपास, पण relations dry असतात.

ह्या सगळ्यांना जवळ करण्याकरता जरुरी असते, मनापासूनचे प्रेम किंवा सच्चे दिलसे प्यार किंवा इनर लव्ह यांची. देव आपल्या सगळ्यांना इथे पाठवतांना आपल्या मनावर प्रेमाचे कपडे घालूनच पाठवत असतो. आणि तेच प्रेमाचे कपडे आपण सगळ्यांनीच आयुष्यभर आपल्या मनावर ठेवावेत आणि मिळालेलं आयुष्य आनंदात घालवावं, अशी त्याची मनापासून इच्छा असते आणि त्याचे तसे आशीर्वाद पण आपल्यामागे असतात. लहान असतांना आपल्या मनावर तेच कपडे असतात, त्यामुळे सगळ्यांचेच बालपण आनंदानी भरलेलं असतं.

आपण सगळेच थोडे मोठे झालो, कि आपल्यामधला "मी" जागा होतो. हे माझे / ते माझे आणि थोडक्यात म्हणजे सगळेच आपल्यामधल्या त्या "मी" ला पाहिजे असते. आणि मग ते मिळवण्याकरता निरनिराळे मार्ग शोधणे सुरु होते, धावपळ सुरु होते. मोह - माया - मत्सर - राग - लोभ - द्वेष हे आपले मित्र बनतात. आणि इथेच आपल्या आयुष्याचे सगळे गणितच बदलते. देवानी दिलेल्या प्रेमाच्या कपड्यांवर आपण "मी" चे कपडे चढवतो. आणि देवानी दिलेले प्रेमाचे कपडे दफन होतात. बऱ्याच वेळा खोटं किंवा नाटकी प्रेम यांना पण आपण जवळ करतो. प्रेमामधे खरं प्रेम आणि खोटं प्रेम किंवा नाटकी प्रेम असे दोन प्रकार असतात.

खरं प्रेम बघायला मिळतं, प्रेमी / प्रेमिका यांच्यामध्ये.

खरं प्रेम बघायला मिळतं, शाळा / कॉलेज चे मित्र - मैत्रिणी यांच्यामध्ये.

खरं प्रेम बघायला मिळतं, मुलं लहान असेपर्यंत आई / वडील आणि मुलं यांच्यामध्ये.

खरं प्रेम बघायला मिळतं, बहीण - भावंडांमध्ये ते शाळा - कॉलेज मध्ये शिकत आहेत तोपर्यंत किंवा त्यांची लग्ने होईपर्यंत.

लग्न झाल्यानंतर नवरा आणि बायको यांच्यामध्ये प्रेम असते, पण conditions apply असे लेबल त्याला लागते. आपल्या बायकोनी काय करावं / कसं वागावं, वगैरे अशी अपेक्षांची यादी नवरेमंडळीची तयार असते. शिकलेल्या आणि नोकरी करणाऱ्या मुलींना हे पसंत पडत नाही आणि पडू पण नये. आपल्या नवऱ्यानी कसे वागावे / काय करावे अशा याद्या बायकोच्या पण तयार असतात. अशा अपेक्षांची आमने- सामने बहुतेक घरांमध्ये होते. आणि मग दोघांमधे नाराजी / बेबनाव / चिडचिड अशी यादी सुरु होते आणि अशा फॅमिली लाईफला आपण संसाराचा गाडा ओढणे असे म्हणतो. आपल्या आधीच्या पिढीमध्ये मुली शिकलेल्या नसायच्या आणि पती परमेश्वर ही संकल्पना त्यांच्या मनात वडीलधाऱ्यांनी रुजवलेली असायची, त्यामुळे आपले मन मारून नवऱ्यांच्या अपेक्षांप्रमाणे बायका वागायच्या आणि संसाराचा गाडा तसा पुढे जात राहायचा.

"जो तुमको हो पसंद, वही बात कहेंगे, तुम दिन को अगर रात कहो, रात कहेंगे ", असा विचार करणारे पण नवरा-बायको असतात. “प्यार मे अपना कब्जा दिया जाता है, ना कि दुसरेका कब्जा लिया जाता है” , अशी विचारसरणी असणारे पण नवरा-बायको असतात आणि आहेत. त्यांच्यामधल्या प्रेमाला conditions apply असे लेबल नसते, हे सरळच आहे.

लग्न झाल्यानंतरची मुलं आणि त्यांचे आई वडील / लग्न झालेले भाऊभाऊ / लग्न झालेले भाऊबहीण / लग्न झालेल्या बहिणी यांच्यामधे

प्रेम असते, पण conditions apply असे लेबल इथे पण लागलेले असते. आईवडिलांची जबाबदारी पडणे, त्यांची उपयुक्तता संपणे, आई वडिलांच्या संपत्तीचे वाटप, अशा घटना या नात्यांमध्ये वरवर दिसणाऱ्या प्रेमाचा कमकुवतपणा उजेडात आणतात आणि प्रेमामधल्या * conditions apply चा अर्थ पण उघड होतो.

राधा कृष्ण, कृष्ण द्रौपदी, श्रावणबाळ आणि आईवडील, राम लक्ष्मण भरत, अशा प्रेमांची उदाहरणे आज पण बघायला मिळतातच, पण खूप थोडी थोडकी.

खरं प्रेम म्हणजे Unconditional Love.
खरं प्रेम म्हणजे No Expectations.
खरं प्रेम म्हणजे It Is Only Giving And Giving.

खऱ्या प्रेमामधे एक वेगळीच शक्ती असते हे आपण बघतोच.

ढाई अक्षर 'प्रेम' के, सारा जग जितवाये।
ढाई अक्षर 'प्यार' के, सबको पास खिचवाये।
ढाई अक्षर 'लव्ह' के, सब को गले मिलवाये।

चला तर मग, ही “ढाई अक्षरं” आपण सगळेच आचरणात आणूया.

ए, एवढ्यानी काय होतंय

मध्यंतरी संध्याकाळी बायकोबरोबर फिरायला बाहेर पडलो होतो. नेहमीच्या साने डेअरी मध्ये दूध घेतलं. बाजूलाच भाजीची तीन-चार दुकानं आहेत. भाजी घ्यायची होती म्हणून बायको बरोबर दुकानात गेलो. काय काय पाहिजे, ते बघून बायको तिथल्या टोपलीत भाज्या टाकत होती. मी बायकोबरोबर कुठल्याही दुकानात गेलो, कि आधी हे बघतो, कि पेटीएम / गुगल पे अशी पाटी तिथे आहे ना ! नसेल तर दुकानदाराला विचारतो - दादा, पेटीएम आहे ना ? बहुतेक दुकानांमध्ये पेटीएम किंवा गुगल पे किंवा फोन पे असतेच, पण क्यू आर कोडचा बोर्ड कुठेतरी खाली ठेवलेला असतो. ह्या दुकानात पेटीएम आहे आणि गुगल पे पण आहे.

दुकान छोटसचं आहे, पण भरपूर आणि ताज्या ताज्या भाज्या होत्या. पडवळ, कोबी, गाजर, काकडी, मुळा, टमाटे, पालेभाज्या, फ्लावर, वगैरे. आणि सगळी फळं पण होती.

जिथे आपण - तिथे आपले मन, अशी जर आपली सांगड आपल्याला घालता आली, तर ताज्या ताज्या भाज्या बघण्यात पण काय आनंद असतो याचा अनुभव येतो. एखाद्या फुलाच्या दुकानात गेल्यानंतर फुलं बघून जसं मन प्रसन्न होतं, तसंच ताज्या भाज्या बघूनही मनं प्रसन्न होतं, हे काल जाणवलं.

दुकानदार आणि एक गिऱ्हाईक यांच्या संवादाने माझं भाज्यांवरचं लक्ष थोडं विचलित झालं. एका गिऱ्हाईकाने निवडलेली पडवळे दुकानदाराला वजन करायला दिली होती.

गिऱ्हाईक : अर्धा किलो करा.

डिजिटल काट्यावर वजन ६०० ग्रॅम दिसत होतं. म्हणून दुकानदार पडवळाचा तुकडा हाताने तोडायला लागला.

गिऱ्हाईक : ए, एवढ्यानी काय होतंय. थोडंसच तर जास्त आहे.
(गिऱ्हाईकाचा बोलण्याचा हेतू असा होता, की १०० ग्रॅम जास्ती नी काय फरक पडतोय. तुकडा तोडू नको, मी पैसे मात्र ५०० ग्रॅम चेच देणार).
दुकानदारानी सगळी पडवळं ग्राहकाच्या पिशवीत टाकली.
दुकानदार : तुमचं म्हणणं बरोबर आहे. एवढ्यानी काय होतंय. १०० ग्रॅम तर जास्त आहे.
(मी मनात विचार केला, ६० रुपये किलो भाव आहे, म्हणजे शंभर ग्रॅमचे ६ रुपये होतात. हा काही छोटा अमाऊंट नक्कीच नाही. आणि छोट्या दुकानदाराकरता तर नक्कीच नाही. विचार केला बघू पुढे काय होतंय)
त्याच गिऱ्हाईकाने अजून काही भाज्या घेतल्या. आणि विचारले -
गिऱ्हाईक : किती पैसे झाले ?
दुकानदार : साहेब ९३ रुपये झाले.

गिऱ्हाईकानी शंभर ची नोट दिली आणि पैसे परत देण्याची वाट बघू लागला.
दुकानदारानी शंभरची नोट आपल्या पैशांच्या पेटीत टाकली आणि इतर जणांच्या भाज्या मोजण्यात पुन्हा मग्न झाला.
हा गिऱ्हाईक दुकानदाराला : अरे मी शंभर दिले, माझे ९३ झाले. सात रुपये परत द्यायचे आहेत.

दुकानदार : अहो, एवढ्या छोट्या अमाऊंट नी काय होतंय. ७ रु तर आहेत, म्हणून मी परत केले नाही.
(आपले चुकले हे लक्षात आल्यामुळे म्हणा, किंवा याच्याशी वाद घालण्यात काही पॉईंट नाही, हे लक्षात आल्यामुळे म्हणा)
गिऱ्हाईक : ठीक आहे, ठीक आहे. लाव पडवळाच्या १०० ग्रॅमचे काय असतील ते.
दुकानदार : साहेब ९३ आणि ६, म्हणजे ९९ झाले. हा घ्या एक रुपया परत.

मी मनात दुकानदाराच्या हजरजबाबी वागणुकीचं कौतुक केलं. गिऱ्हाईक वेल ड्रेस्ड, चांगले शिकलेले, आणि सुखवस्तू दिसत होते. तरी यांचे वागणे असे का असावे ? असा प्रश्न मनात डोकावून गेला आणि कुणाच्याही मनामध्ये डोकावणारचं !

भाजी घेण्याच्या आधी भाव करण्यात काही गैर नाही. पाच दहा ग्रॅम इकडे तिकडे, यात पण काही गैर नाही. पण शंभर ग्रॅम जास्त मागणं आणि तेही भाज्यांचे भाव खूप वरचढे असताना, आणि वर "एवढ्याने काय होतंय ?" असं म्हणणं, हे नक्कीच चुकीचे वाटते.

" ए, एवढ्याने काय होतंय ?" हा होता दुकानामधला अनुभव. हाच शब्दप्रयोग आजकाल बऱ्याच घरांमधे पण ऐकायला मिळतो. आपल्यापैकी बरेच जण बुद्धीने खूप वरचढ नक्कीच आहेत आणि लोकांनी शहाणं असायला पण पाहिजे. पण अशा बऱ्याच व्यक्ती समोरच्याला किंवा इतर सगळ्यांनाच मूर्ख किंवा बेअक्कल समजतात, हे जरा चुकीचे वाटते.

करोना मुळे लॉक डाऊन सुरु आहे. स्वतः ची आणि समाजामधील लोकांची काळजी घेण्याकरता घराबाहेर पडू नका, अशा सूचना सगळ्या माध्यमांकडून सतत सगळ्यांपर्यंत पोहोचत आहेत. तरीपण काही उत्साही मंडळी सकाळी मॉर्निंग वॉक करायला बाहेर पडतांना अजूनही दिसत आहेत. घरचे आणि मित्र अशांना सुचवत असतात - अरे, हे सगळे संपेपर्यंत तुझा मॉर्निंग वॉक बंद ठेव.

यावर यांचे उत्तर असते : ह्यॅ, एवढ्याने काय होतंय !

बरेच जण हेच उत्तर पुढे करत, सोसायटीच्या आवारामध्ये फिरतांना दिसतात, फिरतांना गप्पा टप्पा पण होत असतात. अशा मंडळींना कुणी फिरण्याबद्दल विचारलं तर -

ह्याचं उत्तर : ह्यॅ, एवढ्याने काय होतंय !

अशा लोकांच्या, समोरच्याला काहीच समजत नाही, किंवा समोरचा अगदीच मतिमंद आहे, अशा विचारसरणीला काय म्हणणार ?

बऱ्याच घरांमध्ये पण हा शब्दप्रयोग भरपूर वापरल्या जातो. आजकाल घराघरांमध्ये जंक फूड / आईस क्रीम / कोल्ड ड्रिंक्स यांचा भरभरून वापर होतांना आपण बघतोच आणि अनुभवतो पण. काही आईवडील अति प्रेमापोटी अगदी तान्ह्या मुलांना पण आपल्याबरोबर आईस क्रीम अगदी लाडीगुडी लावून आग्रह करत करत खायला घालत असतात. घरातल्या वयस्कर वडिलांना हे पटणार नाही हे सरळच आहे.

आजोबा : अरे, बाळाला आईस क्रीम नको देऊ. सर्दी होईल, फ्लू पण होऊ शकतो.

बाळाचे बाबा : ह्यॅ, एवढ्याने काय होतंय ! वगैरे वगैरे

आपण जे करतो तेच योग्य आहे, असेच कांही मंडळी समजत असतात, कारण समोरच्या सगळ्यांनाच ते महामूर्खच समजत असतात. याउलट काही जणांना कुणी सूचना केलेली नक्कीच आवडते, कारण एका किंवा अनेक अँगल मधून केलेले विचार समजतात, आणि ते विचार आवडले, तर आपल्या अँप्रोच मधे काही सुधारणा पण करता येते.

आपण काहीतरी क्षुल्लक कामाकरता दुपारी भर उन्हात बाहेर पडण्याची तयारी करतो.

वयस्कर आई किंवा वडील : अरे, आता एवढ्या उन्हात जायलाच पाहिजे का ? ३ - ३.३० ला बाहेर पड. तेव्हा पण काम होऊ शकेल.

आपण : ह्यॅ, एवढ्या उन्हानी काय होतंय ! वगैरे वगैरे

अशीच विचारसरणी बऱ्याच वयस्कर मंडळींची पण दिसून येते.

मुलं वडिलांना सांगत असतात -

मुलगा : बाबा, आता तुमचा फिरण्याचा रूट जरा बदला. मोठया रस्त्यांवर फिरायला जाणं डेंजरस आहे. वाहनांचा भरवसा नसतो. तुमचा फिरण्याचा कोटा तुम्ही पूर्ण करा, पण आपल्या घराच्या आसपासच फिरा.

वडील : ह्यॅ, एवढ्या ट्रॅफिकनी काय होतंय ! मी इतकी वर्ष फिरतोय. काही झालं का मला ?

वरील उदाहरणांवरून अशा आशयाची अशी खूप सॉफ्ट आणि हार्श संवादांची आपल्या घरातली / बाहेरची उदाहरणे सगळ्यांच्याच नजरेसमोरून जायला लागली असतील. "एवढ्याने काय होतंय !' ह्या विचारसरणीत अहंकार किंवा अहंभाव ठाचून भरलेला नक्कीच दिसून येतो, जो स्वतःच्या तब्येतीकरता तर हानिकारक आहेच, आणि घरातल्या सगळ्यांच्या तब्येतीकरता तो हानिकारक ठरू शकतो. अशी ही हानिकारक विचारसरणी आपल्यामधे / आपल्या घरामधे असेल, तर, आपण ती जोपासायची किंवा तिला टॅक्टफुली आणि प्रयत्नपूर्वक हद्दपार करायचे, हा ज्याचा त्याचा प्रश्न आहे. शेवटी - "पसंद अपनी अपनी, खयाल अपना अपना'. म्हटलं तर स्वभावाला औषध आहे, आणि म्हटलं तर नाही आहे.

"एवढ्याने काय होतंय ! " हा शब्दप्रयोग स्त्रियांच्या तोंडून ऐकल्याचे मात्र माझ्या तरी आठवणीत नाही. कदाचित समोरचा पण आपल्याइतकाच किंवा आपल्यापेक्षा काकणभर जास्तच शहाणा असतो, असा त्यांच्या स्वभावाचा एक पैलू असावा, किंवा देवानीच त्यांना दिलेली ही एक स्पेशल ठेव असावी.

मित्र - मैत्रिणींच्या संपर्कात राहा

२८ एप्रिल हा सिनियर सिटिझन्स डे म्हणून सर्वत्र साजरा होतो. याच दिवशीची ही घटना आहे. या घटनेमधली सर्व पात्रे काल्पनिक आहेत. काही नाम साधर्म्य असल्यास, तो पूर्णतः योयायोग समजावा. लोभ असावा, पण गैरसमज नसावा म्हणून हे प्रास्तविक.

आज सीनियर सिटीझन डे आहे. सकाळी उठल्या उठल्या मोबाईल बघावा असं मला नेहेमीच वाटतं, पण बायकोला ते आवडत नाही. तिचं म्हणणं असतं, सगळं आटपा आणि मग थोडा वेळ मोबाईल बघा.

"जो तुमको हो पसंद, वही बात करेंगे" ही माझी घरातली पॉलिसी असल्यामुळे बायको नेहेमीच खुश असते. आज सकाळचा चहा, व्यायाम आणि नाष्टा आटोपला. आणि मी मोबाईल ऑन केला आणि जयुमामाने

म्हणजे बायकोच्या भावानी "हॅपी सिनियर सिटिझन्स डे" करता पाठवलेल्या शुभेच्छा मिळाल्या.

सीनियर सिटिझन्स करता आनंदी आणि तंदुरुस्त राहण्याकरता do's and don't ची सुंदर यादी पण त्यानी शुभेच्छांबरोबर फॉरवर्ड केली होती. विचार केला, आपण सिनियर सिटीझन आहोत, तर या सुंदर यादीचा उपयोग केलाच पाहिजे. आणि जयु मामानी पाठवलेली यादी म्हणजे डोळे मिटून पुढे जायला हरकत नाही.

"कल करे सो आज कर", "why postpone for tomorrow if you can do it today", अशा म्हणींची यादी डोळ्यासमोरून जायला लागली.

विचार केला, सगळ्याच सूचनांची अंमलबजावणी एकेक सूचना वाचून लगेचच सुरू करावी. आणि आनंदी आणि तंदुरुस्तीच्या महामार्गावर आपली वाटचाल सुरु करावी. म्हणून एक एक सुचना वाचायला सुरुवात केली -

१. जिना चढताना बाजूचे रेलिंग घट्ट धरा आणि मगच जिना चढा.

जिना चढतांना पडून बरेच अपघात झालेले आहेत. पुढच्याला ठेच मागचा शहाणा, या म्हणींमधल्या मागच्याचा रोल नेहेमी अदा करा आणि ठाकठीक राहा. निरनिराळ्या ठिकाणी, निरनिराळ्या कारणांकरता, लोकांना लागलेल्या ठेचांचे व्हिडीओ दाखवणारे एक सदर पण यु ट्यूबवर आहे. त्याला पण तुम्ही सबस्क्राईब करु शकता. सगळ्यांनीच जर याला सबस्क्राइब केलं तर "युट्यूब ला ठेच आणि बघणारे शहाणे" अशी म्हण तयार होईल. आणि ठेच न खाताच सगळे शहाणे होऊ शकतील.

सध्या लॉक डाऊन मुळे घराच्या बाहेर जायचेच नाही, असे पक्के ठरवलेले असल्यामुळे, माझे जिना चढणे सध्या बंदच आहे आणि त्यामुळे रेलिंग धरणे हा मुद्दाच नाही. म्हणून हा मुद्दा मी बाजूला ठेवला.

२. खाली वाकून जड वस्तू उचलू नका.

कंबर कायमची धरल्याची भरपूर उदाहरणे आहेत. एकदा वाकडी झालेली कंबर कुठल्याही औषधांनी किंवा योगासनांनी पहिल्या सारखी होत नाही, हे सत्य समजून घ्या.

मी घरभर नजर फिरवली आणि लक्षात आलं, आपल्या घरामध्ये एकहि जड वस्तू नाही. म्हणजे संध्या तरी काळजी करण्याची गरज नाही, म्हणून हा मुद्दा पण मी बाजूला ठेवला.

३. पायजमा / पॅन्ट उभ्याने घालू नका खुर्चीवर बसून घाला.

पायजमा / पॅन्ट घालतांना बरीच जण पडतात आणि डायरेक्ट ऍडमिट करायची पाळी येते. बरं, पडतांना कुठलं हाड मोडेल, हे सांगणे कठीण असते. खुब्याचं हाड मोडलं तर ऑपरेशन्स मध्ये काही तरी कॉम्प्लिकेशन्स होतातच. गुढघ्याची ऑपरेशन त्यामानाने सोपी आहेत. आज गुढगे बदला आणि दुसऱ्या दिवशी चालत घरी जा, इतकी मेडिकल सायन्स नी प्रगती केली आहे. पण कंबरेकरता त्यामानाने सायन्स फारच मागे आहे.

त्यामुळे हे दुखणे किती काळ सहन करावे लागेल आणि सांभाळावे लागेल, हे पण सांगणे कठीण आहे. हे जर पटतं नसेल, तर आजच पायजमा / पॅन्ट सोडा आणि लुंगीचा वापर सुरु करा. वय वाढतं तसं बायका जशा विचारपूर्वक साडी / पंजाबी ड्रेस बाजूला करून मॅक्सि वर येतात, तसंच पुरुषांनी पण लुंगीशी वेळेवरच मैत्री करावी.

मला हा मुद्दा एकदम आवडला. पॅन्ट आणि पायजमा घालतांना बॅलन्स जाऊन पडलेल्या माझ्या मित्रांची मला आठवण झाली. मी मुद्दे लिहिणाऱ्याच्या फोरसाईट चे मनापासून कौतुक केले.

मी घरी आणि बाहेर नेहमीच लुंगी वापरतो, घरात असतांना रंगीबेरंगी आणि बाहेर जातांना कडक इस्त्री केलेली पांढरी, त्यामुळे मी या पॉईंटला नॉट ऍप्लिकेबल असं म्हटलं आणि हा मुद्दा पण बाजूला केला आणि मनातल्या मनात माझ्या स्वतःच्या फोरसाईट चे पण कौतुक केलं.

४. स्वतःची मुलं / मुली, नातवंडं यांना सल्ले देण्याची तुमची वेळ / तुमची टर्म संपली आहे हे पक्के लक्षात घ्या. यालाच वानप्रस्थाश्रम म्हणतात. म्हणजेच - "सांसारिक कामो से धीरे धीरे विरक्ति और पारिवारिक कामो मे द्दष्टा की भूमिका".

हा मुद्दा नक्कीच विचार करण्यासारखा आहे. माझी थोडीफार यामधे प्रगती आहे, पण यावर अजून काम करायला पाहिजे.

मी डायरीमध्ये हा मुद्दा लिहून घेतला आणि बाजूला केला.

५. मित्रांच्या संपर्कात राहा. मोबाईलचा भरपूर वापर करा.

मी लगेच नागपूरचा मित्र शर्मा याला फोन लावला. चार-पाच वेळा रिंग वाजली आणि उत्तर आले - आप जिन सज्जन से बात करना चाहते है, वो फीलहाल अपने घरमे झाडू - पोछा करने मे व्यस्त है. कुछ देर बाद कोशिश किजीये.

शर्मा घरात झाडू - पोछा करतोय, याचे जरा नवलच वाटले. पण सध्या घरात कुणाला काय करावे लागेल, हे सांगणे कठीण झाले आहे.

विचार केला दुसऱ्या मित्राशी बोलावे, म्हणून आमचे युरोप टूर मित्र गायकवाड यांना फोन लावला. आधी बराच वेळ करोना विषयी निवेदन सुरु होते आणि नंतर - तुम्ही ज्या व्यक्तीशी बोलू इच्छिता, ती व्यक्ती या क्षणाला सैंपाकघरात भाज्या निवडणे आणि चिरणे या कामात गर्क आहे. काही वेळ धीर धरा किंवा तुम्ही पण भाज्या निवडणे / झाडू - पोछा करणे, हि कामे आटपून घ्या आणि मगच फोन करा. मी फोन ठेवला म्हणजे बंद केला.

विचार केला, ऑफिसचे मित्र आणि जवळच राहणारे श्री कलाल यांना फोन करावा. ते भाज्या चिरणे / झाडू - पोछा करणे अशा कामात नक्कीच नसणार. ३ - ४ रिंग गेल्या आणि - the person you are trying to contact is out of coverage area, try after some time. असा संदेश आला. मी फोन बंद केला.

विचार केला - मित्रांचा संपर्क हा मुद्दा आज करता पेंडिंग ठेवावा आणि पुढचा मुद्दा बघावा.

६. मैत्रिणींच्या संपर्कात राहा. मोबाईलचा भरपूर वापर करा.

माझ्या जवळच्या मैत्रिणींच्या मोठ्या यादीतल्या कुणाला आधी फोन लावावा, कोण आता मोकळे असेल ? असा विचार करत -

कॉलेजची मैत्रिण मीना हिला फोन लावला. सध्या वास्तव्य भोपाळ. ३ रिंग गेल्या आणि तिकडून एकदम आश्चर्य चकीत होणारा मैत्रिणीचा आवाज - आज एकदम हमारी याद कैसे आ गयी. कही सुरज इधरका उधर तो नही निकला है.

(जयूमामाच्या यादीप्रमाणे मी फोन केला आहे, असे तिला खरे सांगण्यात पॉईंट नाही, हे समजून)
मी : याद तो आपकी हमेशा आती ही रहती है, लेकिन आपके पास समय कहाँ रहता है ? आज कि मुलाकात तो उपरवालेने मुकर्रर की थी, इसलिये आप मिल गयी.
कॉलेज च्या काळातल्या भरपूर गप्पा झाल्या. क्लास मधल्या आठवणी, कॉलेज कँटीन मधल्या गमती, आता कोण कुठे आहे - यावर गप्पा झाल्या. काही काही आठवणींवर हसून हसून पुरेवाट झाली. फिर जरूर मिलेंगे, और भी बाते होगी, असे म्हणून बाय बाय झाले.

जयू मामाच्या यादीत मैत्रिणींच्या संपर्कात राहा असे लिहिले होते. म्हणजे अनेकवचन, म्हणजे अजून एक तरी फोन झालाच पाहिजे.

मी नाशिकच्या मैत्रिणीला, सुनंदाला फोन लावला. पुण्याला येण्याच्या आधी मी नाशिकला होतो, तेव्हा मैत्री झाली होती. अधून मधून तिचा फोन असतो. तिला जुन्या गाण्यांची खूप आवड आहे. २ रिंग गेल्या आणि तिकडून : हॅलो, आज एकदम सकाळीच, क्या बात है. कुठलं गाणं म्हणून दाखवणार आहेस. परवाचं उड जा रे पंछी गाणं मस्तच. तलत आणि मुकेश सोडून यावेळी चक्क लता, हा काय प्रकार आहे ? मग जुनी गाणी, त्यांचे गीतकार, संगीतकार, पडद्यावरचे कलाकार अशा भरपूर गप्पा झाल्या. तिनी २ - ३ गाणी म्हणून दाखवली, मी पण म्हटली, पुन्हा भेटू - पुन्हा बोलू असे म्हणून बाय झाले.

मोबाईल डिस्चार्ज च्या स्टेजला पोहोचला होता. घड्याळात बघितले, तर ११.४५ झाले होते. इतक्या वेळात बायकोकडून हे करा - ते करा अशी कुठलीच ऑर्डर आली नव्हती, याचे जरा आश्चर्यच वाटले. सैंपाकघरात हिची कामे सुरूच होती. नेहेमी या वेळेला अगदी न चुकता चहाचा दुसरा कप हातात आलेला असतो. अजून हातात चहाचा कप आलेला नव्हता आणि किचन मध्ये चहाची काहीच तयारी पण दिसली नाही.
मी : चहाला आज थोडा वेळ आहे का ?
ऋता : पाहिजे असेल तर आपला आपला करून घ्या.
बायकोचा मूड गेलेला आहे आणि का गेलाय हे लगेच लक्षात आलं.

नंतर नेहेमीची टेक्निक्स वापरून / बरीच मनधरणी केल्यानंतर चहाचा कप हातात आला. आणि पुढचे रुटीन थोडे उशिराने का होईना पण सुरु झाले. दुपारी जयु मामाला फोन केला -

मी : शुभेच्छा मिळाल्या. तुला पण शुभेच्छा. सिनियर सिटीझन करता do's and don't ची यादी पण सुंदर आहे.

जयु मामा : यादी छानच आहे. मला एका मित्रानी पाठवली होती. मी पण त्या यादीप्रमाणे काम सुरु केले आणि गडबड झाली.

मी : त्यात गडबड होण्यासारखं आहेच काय ?

जयु मामा : मुद्दा नं ६ प्रमाणे मी मैत्रिणींना फोन केले आणि घरात एकदमच अशांती निर्माण झाली. सगळ्या मैत्रिणींचे फोन नंबर मोबाईल मधून डिलीट केल्यानंतर जरा वातावरण निवळले. नंतर शांतपणे मनन केल्यावर लक्षात आले, कि बायको आंघोळीला गेली असेल तेवढ्यात असे फोन करावे आणि संपवावे. ही नंतर ट्यूब पेटली .

मी : पुढच्या वेळी आता काळजी घे बाबा. उगीच रिस्क घेण्यात पॉईंट नसतो. थोड्या हवा पाण्याच्या गप्पा झाल्या आणि फोन बंद झाला.

मी (मनात) : वा, याच्याकडून ही आंघोळीची टीप छानच मिळाली आहे.

यादीमधले उरलेले मुद्दे आता रात्री शांतपणे वाचीन आणि कुठलाही मुद्दा इम्प्लिमेंट करतांना, बायको घरात असतांना, म्हणजे मुद्दाम तिच्या देखत कुठले मुद्दे घ्यायचे, बायको आंघोळीला गेलेली असतांना कुठले घ्यायचे, बायको भजनाच्या क्लासला गेली असतांना कुठले घ्यायचे, ही काळजी आता घ्यावीच लागेल. बायको खुश तरच सगळं काही, हे सगळ्यांनीच कायम लक्षात ठेवायलाच पाहिजे, हे मात्र नक्की. बरं काही अडचण आली, तर जयु मामा आणि इतर मित्र - मैत्रिणी आहेतच गाईड करायला.

सिनियर सिटिझन्स ना Happy Senior Citizens Day - 28 April.

Believe it or not घरकी तलाश - घर मिळाले

फार पूर्वी फ्री प्रेस जरनल या वर्तमानपत्रामध्ये रिप्ले यांचे "बिलिव्ह इट ऑर नॉट" हे सदर छापून यायचे. वाचून कुणाचाही विश्वास बसणार नाही, अशीच घटना या सदरामधे असायची. आज पण हे सदर या पेपर मधे सुरु असतं, तर त्यामधे ही घटना नक्कीच छापून आली असती.
त्याचं झालं असं -

२०१३ मधली घटना आहे. संध्याकाळची साधारण ५ ची वेळ होती. बायको (ऋता) तिच्या भजनाच्या क्लास ला गेली होती. त्यामुळे मी निवांत होतो आणि माझ्या आवडीच्या कामात मग्न होतो. बागेत झाडांच्या फांद्या कापणे, झाडलोट करणे, अशा कामात मला नेहेमीच मजा येते. रेडिओ वर जुनी गाणी सुरु होती. गेटची कडी वाजल्याच्या आवाजानी माझी तंद्री

मोडली. बघतो तर, गेटशी एक अनोळखी बाई उभ्या होत्या. मी त्यांच्याशी संवाद साधला -

मी : काय म्हणताय मावशी ?

बाई : आजी आहेत का ?

मी : नाही, त्या बाहेर गेल्या आहेत. त्यांना काही सांगायचे आहे कां ?

बाई : नाही, मला त्यांचे पाय धरायचे आहेत.

मी : (मनात) हा काय प्रकार आहे ? ऋता सगळ्यांना; म्हणजे अगदी अनोळखी लोकांना सुद्धा केव्हाही मदत करायला कायम तयार आणि तत्पर असते, हे माहित आहे, पण ह्या बाईंना कधी बघितले नाही, आणि एकदम त्यांना ऋताचे पाय धरायचे आहेत, काय कारण असेल ! अशी घटना कधी घडली पण नव्हती आणि ऐकली पण नव्हती.

मी : मावशी, अहो तुमचं घर चुकलं तर नाही ना ? दुसऱ्या कुठल्या आजी असतील.

बाई : नाही, दादा. हेच घर होतं. काल संध्याकाळी मी आले होते, तेव्हा आजी इथेच बागेत छोट्या मुलीला जेवण भरवत होत्या.

मी (मनात) : हो, काल नात म्हणजे समीहा इथे होती, आणि ऋता तिला इथे भरवत असणार.

मी : हो हो, बरोबर आहे. पण आजींचे पाय का धरायचे आहेत ?

बाई : मी इथे जवळच बहिणीच्या घरात माझ्या मुलीला घेऊन राहते. मुलगी इथेच जवळच्या शाळेत जाते. नवरा कामाकरता जवळच्या खेड्यावर राहतो.

आज दुपारी बहिणीनी, आजच्या आज घर खाली कर असं सांगितलं, आणि माझं सामान बाहेर काढलं. इथे जवळ कुठे जागा मिळेल का, ते बघायला इथे आले होते. आजी इथे गेटशीच बसल्या होत्या. म्हणून त्यांना जागेबद्दल विचारलं. त्यांनी मला जागा सांगितली. तिथे गेले आणि जागा मिळाली. रात्रीच सामान घेऊन तिथे राहायला पण गेले. त्यांनी सांगितल्यामुळे लगेचच मला जागा मिळाली, म्हणूनच त्यांचे पाय धरायचे आहेत.

मी (मनात) : भाड्यानी जागा कुठे आहेत, ही माहिती ऋता कधीपासून ठेवते आणि ही माहिती ती मिळवते तरी कुठून ? मैत्रिणींबरोबर फोनवर तिच्या भरपूर आणि कायमच गप्पा सुरु असतात, त्यातले काही शब्द घरामध्ये काम करत असतांना अधून मधून माझ्या कानावर पडत असतात, पण त्या गप्पांमध्ये भाड्याच्या जागेंविषयी कधी ऐकण्यात आले नव्हते.

आम्ही सकाळ पेपर घेतो. पेपर मध्ये मुक्तपीठ हे सदर वाचणे आणि शब्द कोडी सोडवणे, एवढाच तिचा आणि पेपरचा संबंध असतो. शब्दकोडी सोडवायला तिला खूप आवडते. एखादा शब्द तिला अडला, तर मला तो नक्की येणार नाही, हे माहित असूनही, ती मुद्दाम मला विचारते. कदाचित दिवसभरात माझ्या मेंदूला एखादी तरी, किंवा थोडीतरी चालना मिळत राहावी, हा तिचा चांगला हेतू असावा.

मी पेपरमध्ये फक्त पाणी न येण्याविषयी किंवा लाईट जाण्याविषयी काही बातमी आहे कां ? ते बघतो आणि माझा पेपरशी संबंध संपतो. त्यामुळे पेपरमधल्या छोट्या जाहिराती बघून भाड्याच्या जागांविषयी मी तिला काही माहिती पुरवतो, असे पण नाही. मग हिच्याकडे एवढे अपडेट कसे ?

मी : मावशी, उद्या संध्याकाळी आलात तर आजी भेटतील.

मावशींची भेट इथे संपली.

ऋता घरी आल्यानंतर मी तिला सगळी घटना सांगितली.

ऋता : हो काल संध्याकाळी एक बाई आल्या होत्या, भाड्यानी कुठे छोटी जागा मिळेल का, ते बघायला. मी त्यांना सांगितलं, की आमच्या सोसायटीमध्ये जागा नक्कीच नाही आहे. पण कोपऱ्यावर रिक्षा स्टॅन्ड आहे, तिथे जवळच मारुतीचे लहान मंदिर आहे, त्याचा समोर जी लेन आहे, तिथे चौकशी करा, तिथे जागा मिळेल.

मी : पण ती लेन तुला कशी सुचली ?

ऋता : तिथे सगळेच मोठे बंगले आहेत, आणि काहींना आऊट हाऊस पण आहेत. का ते माहित नाही, पण तिथे मिळू शकेल असं मनात वाटलं.

दुसरा दिवस --

काल संध्याकाळी आलेल्या बाई घरी आल्या. आल्या आल्या त्यांनी खाली वाकून ऋताला नमस्कार केला.

बाई : तुम्ही सांगितलेल्या गल्ली मध्ये एका बंगल्यामधे मी लगेचच गेले. तिथे आजी आजोबा दोघेच राहतात. बाहेरच्या आऊट हाऊस मध्ये त्यांनी मला राहायला जागा दिली. त्यांच्याकडचे सैपाकाचे काम पण त्यांनी मला दिले. मी लगेचच मुलीला घेऊन आणि सामान घेऊन तिथे राहायला गेले. मी बाहेर पण दोन घरात सैपाकाचे काम करत आहेच. तुम्हाला कधीही काही काम असेल तर मला नक्की सांगा.

बाईंनी पुन्हा नमस्कार केला आणि त्या निघाल्या. जातांना ऋतानी त्यांच्या हातात मुलीकरता खाऊला पैसे दिले. आणि राहतात त्या बंगल्याचे नाव विचारले.

दुसऱ्या दिवशी आम्ही फिरायला बाहेर पडलो आणि आपोआप पाय त्या लेनमध्ये वळले. बाईंनी सांगितलेला बंगला लगेचच दिसला. बाजूलाच आऊट हाऊस दिसत होते. कदाचित मावशी बाहेर गेल्या असाव्यात.

दोन दिवसांनंतर ऋता भजनाहून पायी परत येत होती. समोरून मावशी सायकलवर येत होत्या. त्या ऋताला आग्रह करून त्यांच्या घरी घेऊन गेल्या. हिची ओटी भरली आणि नारळ दिला. खायला काही नको असे म्हटल्यावर, सफरचंद बरोबर घेऊन जा, असं म्हणाल्या.

थोड्या दिवसांनंतर आम्ही फिरून परत येतांना त्याच लेन मधून येत होतो. बंगल्याजवळ आल्यानंतर एक आपुलकी मनात असल्यामुळे आत लक्ष गेलंच. छोटी मुलगी आऊट हाऊस समोर खेळत होती.

मनात आलं - काय योगायोग आहे, मावशींची मुलीला घेऊन राहण्याची समस्या दूर झाली, बंगल्याच्या आजीआजोबांची सैपाकाची / सफाईची काळजी मिटली, त्यांना सोबत पण छान झाली असणार. छोट्या मुलीचे खेळणे बागडणे यामुळे बंगल्याला जाग पण रहात असणार.

घरी पोहोचल्यानंतर, सहजच सगळा घटना क्रम डोळ्यासमोरुन जायला लागला --

एका रात्री मुलीला घेऊन कुठे राहायचं; या विचारानी मावशी घर शोधायला संध्याकाळी बाहेर पडतात.

ऋता संध्याकाळी बागेत कधीच बसत नसते; पण नेमकी त्या दिवशी समीहा (नात) राहायला आली होती; आणि ती असली, कि तिला बागेतच जेवायचं असतं, म्हणून ऋता तिला घेऊन संध्याकाळी बागेत बसली होती.
मावशी ऋता कडेच घराची चौकशी करतात.
अमुक अमुक भागात जागा मिळू शकेल असे ऋता त्यांना सांगते.
कुठलाही विचार न करता मावशी त्या भागात जातात. तिथे बरेच बंगले आहेत; पण मावशी नेमक्या अशाच घरात जातात; जिथे आऊट हाऊस मोकळे असते.
बंगल्यामध्ये राहणाऱ्या आजीआजोबांना या मावशींचा काहीही आगापिछा माहित नसतांना, या बाई त्यांना विश्वासू वाटतात. उद्या या, मग बघू, असे काहीही न म्हणता, ते लगेच त्यांना जागा देतात, आणि सामान घेऊन लगेचच राहायला या, अशी परवानगी पण देतात. स्वतःच्या घरचे सैपाकाचे काम पण लगेच त्यांना देतात.
मावशी लगेचच मुलीला घेऊन तिथे शिफ्ट होतात.
दुसऱ्या दिवशी त्या बाई ऋताचे पाय धरून आभार मानायला आमच्या घरी येतात.

कुठेतरी काहीतरी दैवी संकेत असल्याशिवाय इतके योगायोग जुळून येणे अशक्यच वाटते, हे नक्की.

कुणाचाही विश्वास बसणार नाही, असाच हा २ - ३ तासांमधला घटनाक्रम आहे.

म्हणूनच सुरुवातीलाच म्हटले आहे - Believe it or not.

७१ पूर्ण

आज माझा ७१ वा वाढदिवस. दरवर्षीचा वाढदिवस आणि ते सरलेले वर्ष, आधीच्या साठवलेल्या छानछान आठवणी आणि अनुभव यांच्यामध्ये मोठी भर टाकत असते. आज सहजच असं वाटलं, आपण पुन्हा एकदा गेलेल्या ७१ वर्षांमध्ये फिरून यावं, घडलेल्या घटनांमध्ये काही बदल करण्याकरता नाही, पण ते सगळे अनुभव आणि ती मजा पुन्हा एकदा अनुभवण्याकरता. मी निवांत बसलो आणि मनानी खरंच १९४९ पर्यंत मागे गेलो आणि ७१ वर्षांच्या काळात मस्त फेरफटका मारून परत आलो. मजा आली. अनुभवलेल्या आणि आनंदात घालवलेल्या खूप छान छान आठवणी, घटना, भेटलेल्या सगळ्याच छान छान व्यक्ती डोळ्यासमोरून गेल्या.

का, ते मला माहित नाही, पण मला भेटलेली आणि ओळख झालेली प्रत्येक व्यक्ती ही छानच होती आणि आहे, ही मात्र ईश्वराची माझ्यावरची कृपाच म्हणावी लागेल.

माझा जन्म तेव्हाच्या खान्देशमधे नंदुरबार इथला. म्हणजे माझी आई बाळंतपणाला माहेरी म्हणजे नंदुरबारला गेली होती. माझा जन्म झाल्याचे तिथल्या आजोबांनी माझ्या वडिलांना पोस्टकार्ड लिहून कळवले होते. ते पत्र माझ्याकडे अजून आहे. ते वाचतांना दरवर्षी मजा वाटते.

माझं लहानपण, प्रायमरी शाळेतलं शिक्षण, ११ वी पर्यंतचं शिक्षण, मामा मामींकडे बुलढाणा इथे आणि नंतर वाशीम इथे झालं. कॉलेज करता मी भोपाळ ला गेलो. नंतर १ वर्ष नाशिकला नोकरी झाली. आणि नंतर पुढची नोकरी, रिटायरमेन्ट हे सगळे पुण्याला. आणि आता मी पक्का पुणेकर आहे.

काल सकाळीच एक स्नेही श्री विलास पंडित यांचा फोन आला होता -

विलास पंडित : मी आज ॲडव्हान्स मध्ये वाढदिवसाच्या शुभेच्छा देत आहे. तुम्ही वाढदिवसानिमित्त तुमची एखादी मजेशीर आठवण लिहावी, असे सुचवावेसे वाटले, म्हणून आज फोन केला आहे. उद्या पुन्हा वाढदिवसाचा फोन करीनच.

मनात विचार सुरु झाला, मनात येईल त्या विषयांवर तर मी नेहेमीच लिहीत असतो. आज या फर्माईश वर काय लिहावे ? छान आणि मजेशीर आठवणी तर भरपूर आहेत, पण शेअर करण्याकरता एक आठवण अगदी आगळी वेगळी आणि खऱ्या अर्थानी, 'न भूतो न भविष्यती' अशीच आहे. आणि अशी घटना किंवा असा अनुभव सगळ्यांनाच कदाचित दुर्मिळ असावा, असे वाटते. घटनेच्या आधी थोडी बॅकग्राउंड पण सांगावी लागेल. त्याचे झाले असे ---

१९९० च्या आसपासची घटना आहे. तेव्हा सगळ्याच कंपन्यांमध्ये / मोठमोठ्या ऑफिसेस मध्ये ISO 9000 या स्टँडर्ड ची क्रेझ होती. हे स्टँडर्ड मिळवण्याकरता कंपनीमध्ये एकाची नेमणूक केली जायची. स्टँडर्ड कसे मिळवायचे हे समजावून सांगण्याकरता कंसल्टंट्स असायचे.

आमच्या इथे पण हे सगळे सुरु झाले. पण एक्झॅक्ट्ली काय आणि कशी लिखापढी करायची आणि पुढे काय करायचे, हे कुणालाच समजत नव्हते. माझा याच्याशी त्या स्टेज मध्ये काहीच संबंध नव्हता, पण चान्स मिळाला तर या लाइनकडे वळावे, म्हणून मी या स्टँडर्ड चा भरपूर अभ्यास केला, म्हणजे स्टँडर्ड चे पुस्तक १०० एक वेळा तरी वाचले. त्यामुळे मला स्टॅण्डर्डचे बिहाईंड द लाईन्स / बिटवीन द लाईन्स वगैरे असे सगळे अर्थ समजले आणि मी ISO 9000 या लाईनमध्ये आलो. आमचे कन्सल्टन्ट बीव्हीक्यूआय कंपनीचे श्री शंकर यांचा मी एकदम जवळचा झालो. आमच्या कंपनीमध्ये या विषयावर ते मिटिंग करता कधीही आले, तर मला ते फोन करून त्या मिटिंग करता बोलावून घ्यायचे.

एक दिवस मला श्री शंकर यांचा कलकत्ता इथून फोन आला -

श्री शंकर : करंदीकर, पुढच्या महिन्यात हरिद्वार इथे भारत हेवी इलेक्ट्रिकल्स या कंपनीमध्ये आम्हाला ऑडिट करायला जायचे आहे. सहा दिवसांचे ऑडिट आहे. यु प्लिज जॉईन आवर टीम ऍज ऑडिटर.

मी : मला यायला नक्कीच आवडेल. पण मी इथे एम्पप्लॉयी आहे. कंपनीनी परवानगी दिली तरच मला येता येईल.

मग श्री शंकर यांनी आमचे सिनियर श्री सुंदरेशन यांच्या मार्फत इथले मुख्य श्री रावळ साहेब याची परवानगी मिळवली. परवानगी अशी मिळाली कि माझा ऑडिट चा पिरियड ऑन ड्युटी धरल्या जाईल. म्हणजे ऑडिटला जाण्याकरता सुटी घेण्याची जरूर नाही.

हरिद्वारची ही सरकारी कंपनी प्रचंड मोठी आहे. त्यांनी पुण्याहून जाण्यायेण्याची एकदम उत्तम व्यवस्था केली होतो. तिथले गेस्ट हाऊस पण उत्तमच होते. ऑडिटचे काम सुरु झाले. आमची ६ जणांची टीम होती आणि श्री शंकर लीडर होते. आम्ही सकाळी ९ ला ऑडिट सुरु करायचो आणि ५ पर्यंत ते रोज संपायला पाहिजे, पण ७ - ८ वाजायचेच. मला हा एकदम वेगळा आणि कल्पनेबाहेरचा अनुभव होता. ऑडिट करतांना स्टँडर्ड प्रमाणे न केलेल्या काही गोष्टी सापडायच्या. मग मी सगळ्यांना बोलावून स्टँडर्ड प्रमाणे काय आणि कसे करायला पाहिजे ते समजावून सांगायचो. त्यामुळे सगळे खुश असायचे आणि मजा यायची. मी

विचार केला इथे आलोच आहोत, तर एक दिवस संध्याकाळी वेळेवर ऑडिट संपवावं आणि ऋषिकेश ला चक्कर मारून यावी.

दुपारी जेवतांना मी तिथले एचआर चे कोऑर्डिनेटर यांना म्हणालो, कि मी उद्या ५ वाजता ऋषिकेश ला जायचे ठरवतो आहे. इथून कसे जाता येईल, टॅक्सी मिळू शकेल का ? ते म्हणाले - मी बॉस शी बोलतो आणि संध्याकाळी सांगतो. मी मनात विचार केला - यामध्ये बॉसशी बोलण्यासारखे काय आहे. माझा प्रश्न टॅक्सी कुठून / कशी मिळेल एवढाच होता. संध्याकाळी मला कोऑर्डिनेटर भेटले आणि म्हणाले - उद्या तुम्हाला ऑडिटच्या आधी सकाळी 8.30 वाजता साहेबांनी म्हणजे एक्सिक्युटीव्ह डायरेक्टर श्री सिंग यांनी त्यांच्या ऑफिस मध्ये चहाला बोलावले आहे.

मी डॉट ८.३० ला पोहोचलो. त्यांच्या पीए म्हणाल्या - सर, प्लिज कम इन, बॉस इज वेटिंग फॉर यु, आणि मी केबिन मधे गेलो. मला कशाकरता बोलावले आहे, हे समजायला काहीच मार्ग नव्हता, त्यामुळे मनात थोडी चलबिचल होतीच. आणि त्यांच्या पुढे मी खूप म्हणजे खूपच ज्युनियर होतो. माझी मनाची चलबिचल बघून त्यांनी आधी थोडी जनरल विचारपूस केली, जेणेकरून मला कम्फर्टेबल होता यावे. तेवढ्यात चहा आणि बिस्किटे आली. नंतर ते म्हणाले तुम्हाला ऋषिकेशला जायचे आहे, पण त्यामध्ये एक अडचण आहे. सध्या हरिद्वार मधे पोलिटिकल अनरेस्ट सुरु आहे. त्यामुळे शहरात दंगे धोपे होऊ शकतात. आणि तुम्ही सध्या आमचे गेस्ट असल्यामुळे तुमची जबाबदारी आमच्या कंपनीवर आहे. त्यामुळे तुम्हाला ऋषिकेशला जाण्याकरता आमची सेक्युरिटी बरोबर दिली तर तुम्हाला चालेल का ? मी म्हटलं - चालेल. नंतर ऑडिट बद्दल जुजबी बोलणे झाले आणि मी बाहेर आलो.

९ वाजता आम्ही सगळे भेटलो तेव्हा मी श्री शंकर यांना सगळे ब्रिफ केले. गाडीची व्यवस्था कंपनीचं करणार होती. नेहेमीप्रमाणे दिवसभर दिलेल्या भागात ऑडिट झाले. ठरल्याप्रमाणे मी ५ वाजता काम थांबवले आणि गाडी कुठे असेल असा विचार करत ऑफिस च्या बाहेर आलो.

बाहेर एचआर चे सहकारी माझी वाटच बघत होते. बरोबर सेक्युरिटी येणार, म्हणजे मला वाटले माझ्या कार मध्ये सिक्युरिटी डिपार्टमेंट मधले एकजण बरोबर येणार असतील.

चालत थोडं पुढे आलो. समोर ३ गाड्या उभ्या होत्या. सगळ्यात पुढे मागून ओपन असलेली जीप होती. जीपच्या डोक्यावर सायरन आणि फिरता लाल दिवा होता. जीपमधे मागच्या भागात दोघे जण मागे तोंड करून हातामध्ये AK 47 गन घेऊन बसले होते. मधे लाल रंगाची टोयोटा कार होती. तेव्हा टोयोटा म्हणजे अगदीच तुरळक आणि अगदी एखाद्याकडे असणारी अशी गाडी. आणि मागे पांढरी अँबॅसेडर उभी होती.

एचआर सहकारी : सर, तुम्ही मधल्या कार मध्ये बसा. ड्रॉयव्हरना सगळे सांगितले आहे. मागची गाडी मोकळीच असेल आणि ती तुमच्या मागे राहील. तुमच्या गाडीला काही प्रॉब्लेम आला, तर तुम्ही मागच्या गाडीत शिफ्ट व्हायचे.

मी (मनात) : हा तर खूपच राजेशाही थाट आहे. चलो ये भी एन्जॉय करते है.

मी कारमध्ये बसलो आणि बाहेरच्या माणसानी पुढच्या गाडीला जाण्याकरता सिग्नल दिला. सायरन आणि वरचे फिरणारे लाल दिवे सुरु झाले, आणि माझा ऋषिकेश कडचा प्रवास सुरु झाला.

समोर सायरन वाजतोय, वर लाल दिवे फिरतायत, समोरच्या गाडीत मागे दोघं जणं गन घेऊन माझ्या सुरक्षिततेकरता अलर्ट बसले आहेत, आणि आपण मस्त आरामात टोयोटासारख्या गाडीत एकटेच बसून चाललोय, मागे पण एक मोकळी गाडी आपल्याला काही मदत लागली, तर आपल्या ताफ्यामध्ये आहे, हा काही अजब आणि 'न भूतो न भविष्यती' असाच अनुभव होता.

गावाच्या बाहेर आल्यावर एका धाब्यावर गाड्या थांबल्या. तिथे चहाची व्यवस्था होती. चहा घेऊन आमचा ताफा पुढे निघाला. ऋषिकेशला झुलता पूल आहे, त्याच्या अलीकडे आमचा ताफा थांबला. ड्रॉयव्हर म्हणाले - सर, तुम्ही या पुलावरून पलीकडे जा आणि फिरून या.

मी निघालो आणि माझ्याबरोबर AK 47 गन घेतलेले दोघं जण पण माझ्या मागेपुढे निघाले. पुलावरून पलीकडे गेलो. मार्केट मध्ये चक्कर मारली. नदीच्या काठावर थोडा वेळ फिरलो. पलीकडे असलेल्या देवळाचे लांबूनच दर्शन घेतले. रस्त्यावरचे सगळे जण वळून वळून माझ्याकडे बघत होते. तसं रस्त्यावर फिरतांना आपल्याला असुरक्षित कधीच वाटत नाही, पण आज मी एकदमच सुरक्षित हातांमध्ये होतो. रस्त्यावर असे फिरण्याचा हा अनुभव पण, 'न भूतो न भविष्यती' असाच होता.

मनसोक्त फिरून झाल्यावर गाडीकडे परत आलो. आणि आमच्या ताफ्याचा परतीचा प्रवास सुरु झाला. मला त्यांनी गेस्ट हाऊस ला सोडले, मी सगळ्यांना थँक्स आणि बाय केले.

ISO 9000 वर काम करतानाचे आणि या ट्रिपमधले अजून पण छान आणि मजेशीर असे भरपूर किस्से आहेत, पण ते पुढे केंव्हातरी.

A
Home
Without Books
is like a Tree
Without Birds.

शुभं भवतु